दुग्धप्रक्रिया तंत्र

डॉ. धीरज कंखरे
सोमनाथ माने

सकाळ प्रकाशन

सकाळ प्रकाशन

दुग्धप्रक्रिया तंत्र

प्रथमावृत्ती : नोव्हेंबर २०१४
पाचवी आवृत्ती : जानेवारी २०१९

अक्षरजुळणी आणि मांडणी
अश्विनी महाजन

मुखपृष्ठ
आर्ट ॲडव्हर्टायझिंग, पुणे

संदर्भ व छायाचित्रे, सौजन्य
सकाळ संदर्भ ग्रंथालय

प्रकाशक
सकाळ मीडिया प्रा. लि.
५९५, बुधवार पेठ,
पुणे ४११ ००२

ISBN : 978-93-84316-27-3

अधिक माहितीकरिता :
०२०-२४४० ५६७८/८८८८८ ४९०५०
sakalprakashan@esakal.com

वैशाख वणव्यातही रान बहरून आले
केवळ तुमच्यामुळे...

कविवर्य पद्मश्री ना. धों. महानोर दादा यांना

शरद पवार
संसद सदस्य
(राज्य सभा)

शुभेच्छा

पशुपालन व दुग्ध व्यवसाय हा महत्वाचा शेतीपूरक जोडधंदा आहे. दूध उत्पादनात भारत देश आघाडीवर असून रोजच्या आहारामध्ये दूध व दुग्धजन्य पदार्थांचे अनन्यसाधारण महत्व आहे.

'सकाळ-ॲग्रोवन' दैनिकाच्या पुढाकाराने डॉ. धीरज कंखरे व सोमनाथ माने यांनी दूध उत्पादक शेतकरी, महिला बचत गट आणि युवकांसाठी दुग्ध प्रक्रिया तंत्राची माहिती मांडण्याचा केलेला प्रयत्न अभिनंदनीय असून यामुळे दुग्धपदार्थ उत्पादनातील गुणवत्ता वाढीस मदत होईल.

'दुग्धप्रक्रिया तंत्र' या पुस्तकातील माहिती प्रामुख्याने लहान उद्योजक व शेतकरी वर्गासाठी उपयुक्त ठरेल असा विश्वास वाटतो.

उभयतांच्या सदर उपक्रमास माझ्या हार्दिक शुभेच्छा.

(शरद पवार)

निवास : 6, जनपथ रोड, न्यु दिल्ली - 100 011 (इंडिया) दूरध्वनी : 011-23018870, 23018619 फॅक्स : 011-23018609
सिल्व्हर ओक ईस्टेट 2, भुलाभाई देसाई रोड, मुंबई - 400 026. महाराष्ट्र. दूरध्वनी : 022-23525244, 23515222 फॅक्स : 23538911
ईमेल : sharadpawar.sp@gmail.com

मनोगत

दुग्धशास्त्र विषयात विद्यार्थी असताना, संशोधन आणि अध्यापन करताना अनेक परिषदा, प्रशिक्षण, मेळावे यांतून अनेक विषयांनी डोक्यात अनेक वर्षे गर्दी केली होती. तसेच घरच्या छोट्या स्वरूपातील दुग्धपदार्थनिर्मिती व्यवसाय करताना व्यावसायिक दृष्टिकोनातून फायदा, योग्य तंत्राची आवश्यकता व लहान स्तरावरील उत्पादनाची गरज याचा विचारही सतत असायचा. मासिकातून, वृत्तपत्रातून दुग्धप्रक्रियेवरील बाबींसंदर्भात खूप त्रोटक, वरवरची माहितीच प्रकाशित होत होती. म्हणून हे सर्व लिहावे असे अनेक वेळा वाटले. 'ॲग्रोवन'चे श्री. अमित गद्रे याला आमची थोडीफार धडपड ज्ञात होती. त्याने मागे लागून हे सर्व लिहून घेतले. 'ॲग्रोवन'च्या लेखमालेचे बरेचसे श्रेय हे त्याचेच!

ग्रामीण भागातील महिला शेतकरी, बचत गट इत्यादींना प्रशिक्षण देताना जाणवले की आज हजारो बचत गट प्रत्येक जिल्ह्यात कार्यरत आहेत. परंतु ग्रामीण भागात दुधाला भाव कमी असतानासुद्धा अत्यंत कमी बचत गट दुग्धपदार्थ निर्मितीत कार्यरत आहेत. यासाठीही या विषयातील निर्मिती, पॅकेजिंग आणि साठवणूक यांची तांत्रिक माहितीची गरज होतीच. शिवाय एखाद्या तरुणास कमीतकमी अंदाजे २०–२५ हजार रुपयांत एखाद्या दुग्धपदार्थ निर्मितीचा व्यवसाय करता येईल का, प्रत्यक्ष मार्केटिंग कसे करणार, याची माहिती देणे आवश्यक वाटले.

'विज्ञान डेअरी' या आमच्या प्रयोगशाळेत 'अनुभवांतर्गत प्रशिक्षण' या अभ्यासक्रमातून गेल्या अनेक वर्षांत पदार्थनिर्मिती, विक्री करताना आलेले अनुभव व विद्यार्थ्यांनी केलेले अनेक प्रयोग यामुळे खूप आत्मविश्वास व ज्ञान मिळाले. याचा लिहिताना खूपच उपयोग झाला. 'ॲग्रोवन'च्या लिखाणादरम्यान शेतकऱ्यांचा भरपूर प्रतिसाद, संवाद यातूनच लिखाणाचे विषय मिळाले. यामुळे उपयोगी, गरजेचे तंत्रज्ञान मांडल्याचे प्रचंड समाधान लाभले.

दर्जेदार निर्मितीचा, उत्तमतेचा ध्यास बाळगणारे ‘सकाळ प्रकाशन’चे श्री. आशुतोष रामगीर आणि दीपाली चौधरी यांचे खूप आभार.

या सर्व प्रक्रियेदरम्यान ‘ॲग्रोवन’ आणि ‘सकाळ प्रकाशन’ यांचा खूप चांगला अनुभव आला. बांधिलकी, आपलेपणा, गरजेच्या विषयातील तंत्रज्ञानाचा प्रसार हे सगळे वेगाने अविरत करणारे कर्मचारी खूप कमी अनुभवण्यास मिळतात. ‘सकाळ माध्यम समूहा’तील कर्मचाऱ्यांचा अनुभव खूपच चांगला आहे.

उत्साह वाढवणारे शेतकरी, सतत प्रयोगशील ठेवणारे व अभ्यास करायला लावणारे ‘सकाळ–ॲग्रोवन’, माझ्या प्रयोगशाळेत काम करणारे विद्यार्थी यांच्या अमोल सहकार्याबद्दल धन्यवाद. चांगले काम करत असताना संत तुकारामांच्या उक्तीचीच नेहमी आठवण येते –

फोडिले भांडार धन्याचा हा माल
मी तो भार वाही हमाल

– डॉ. धीरज कंखरे
प्रा. सोमनाथ माने

अनुक्रमणिका

दुग्धव्यवसाय : एक दृष्टिक्षेप / ९

दुग्धप्रक्रिया उद्योगाची सुरुवात करताना... / १३

दुग्धप्रक्रिया उद्योगाचे बाजारपेठेनुसार नियोजन / २०

व्यावसायिक खवानिर्मितीचे तंत्र / २४

व्यावसायिक पनीरनिर्मितीचे तंत्र / २८

पनीर, खवा टिकवण्याची तंत्रे / ३७

छन्न्यापासूनच्या विविध मिठाया / ४०

दर्जेदार दही, श्रीखंडाची निर्मिती / ४५

दहीजन्य पदार्थांसाठी डीव्हीएस विरजण / ५२

दहीजन्य पदार्थांमध्ये प्रोबायोटिक्सचा वापर / ५६

पेय प्रकारातले दुग्धपदार्थ / ५९

आइस्क्रीम निर्मिती / ६५

बटर तयार करताना... / ६९

चीज तयार करण्याचे तंत्र / ७३

विविध राज्यांतील पारंपरिक दुग्धपदार्थांच्या कृती / ८१

दुग्धजन्य पदार्थांत फळे, भाजीपाल्यांचा वापर / ९३

फळे, भाज्या वापरून दुग्धपदार्थांचे मूल्यवर्धन / १०१

विशेष फायदे देणारे दुग्धजन्य पदार्थ / १०५

कृत्रिम साखरेचा दुग्धपदार्थांत वापर... / १११

शेळीचे दूध आणि त्यापासूनचे दुग्धपदार्थ / ११९

निवळीपासून विविध पेय, कँडी आणि सूप / १२६

नायसीन : दुग्धपदार्थ टिकवण्यासाठी एक जैविक पर्याय / १३१

दुग्धजन्य पदार्थ टिकवण्यासाठी अत्याधुनिक पॅकेजिंग / १३५

दुग्ध व्यावसायिकांसाठी अन्नसुरक्षा व मानके कायदा / १४३

दुग्धपदार्थनिर्मिती प्रशिक्षण संस्था / १५२

दूध तपासण्यासाठी विविध चाचण्या / १५६

प्रक्रिया उद्योगासाठी बाजारपेठेचा अभ्यास महत्त्वाचा / १६५

दुग्धव्यवसाय : एक दृष्टिक्षेप

केंद्र सरकारच्या सन २०१२–१३ च्या पशुसंवर्धन, डेअरी व मत्स्य मंत्रालयाच्या वार्षिक अहवालानुसार भारताचे दूध उत्पादन हे १३३ दशलक्ष टन एवढे आहे. यामुळे भारत दूध उत्पादनात जगात पहिल्या क्रमांकावर आहे. मुख्य म्हणजे ७०% दूध उत्पादक हे लहान शेतकरी आहेत. 'फूड अँड ॲग्रिकल्चरल ऑर्गनायझेशन'च्या सन २००३ च्या पाहणीत असे नमूद केले आहे की, जर शेतकऱ्याकडे एक गाय असेल तर त्याची गरिबी १६%ने कमी होते आणि एक म्हैस असेल तर २४%ने कमी होते. हे दुग्धव्यवसायाच्या दृष्टीने फार महत्त्वाचे द्योतक आहे. फक्त गरिबीच दूर होते असे नाही तर त्या परिवारास दुधामुळे चांगले पोषणही मिळते.

FAO च्या दुसऱ्या अहवालानुसार डेअरी क्षेत्राचा कल पाहता लोकांच्या वाढणाऱ्या उत्पन्नामुळे लोकांचा जनावरांपासून मिळणाऱ्या प्रथिनांकडे (दुग्धपदार्थ, मांस) कल जास्त वाढला आहे. माजी राष्ट्रपती मा. ए. पी. जे. अब्दुल कलाम यांनी *डेअरी इंडिया* पुस्तकात असे म्हटले आहे की, देशात कडधान्याची कमतरता आहे; परंतु प्रथिनांची नाही. समजा, ५० ग्रॅम दरडोई प्रथिनांची उपलब्धता धरली तर १ अब्ज लोकसंख्येस १८ दशलक्ष टन प्रथिनांची आवश्यकता भासेल. दूध, अंडी, मासे आणि मांस यातूनच ११ दशलक्ष टनांची उत्तम गुणवत्तेची प्रथिने मिळतील आणि २५ दशलक्ष टनापेक्षा जास्त प्रथिने धान्य, डाळी, फळ, भाजीपाला इत्यादीतून मिळतील. डेअरीमधून मिळणाऱ्या प्रथिनांसंबंधी एकूणच पोषणाचा महत्त्वाचा विचार त्यांनी मांडला आहे. परंतु यातही मांस, मासे इत्यादींपासून मिळणाऱ्या प्रथिनांचा वाटा जास्त आहे. जो ग्रामीण भागात ९.२% तर शहरी भागात १२.४% आहे. दुग्ध आणि दुग्धपदार्थ व्यवसायासाठी ही आकडेवारी महत्त्वाची आहे.

सन २०३० मध्ये भारताची लोकसंख्या १.५३ अब्ज एवढी असेल; तर जगाची लोकसंख्या २०३० मध्ये ८ अब्ज एवढी असेल. यामुळे दूध उत्पादक, दुग्धपदार्थ उत्पादकांना ही फार मोठी संधी आहे. या लोकसंख्यावाढीमुळेच सन २०३० मध्ये दुग्धपदार्थांच्या मागणीत ८–१०%पर्यंत वाढ होईल आणि दूध उद्योग क्षेत्र ४–५%ने वाढेल.

दूध उत्पादनात आपला देश अग्रेसर जरी असला तरी दुग्धपदार्थ निर्यातीत आपण खूपच पिछाडीवर आहोत. जगात निर्यातीत आपला १८वा क्रमांक असून १.६% एवढाच निर्यातीत (डेअरी निर्यातीत) वाटा आहे. दुग्धपदार्थांच्या म्हणून निर्यातीत स्कीम मिल्क

पावडरचा वाटा ४५%, केसीनचा ३०% तर तुपाचा वाटा जवळपास १५% आहे. यामुळे निर्यातीसाठी खूप मोठी संधी आहे.

जागतिक दूध उत्पादन हे १.५% तर भारतीय दूध उत्पादन ५%ने वाढत आहे. यामुळे देशात दुधाची दरडोई उपलब्धता ही सन २०११–१२ नुसार २९० ग्रॅम प्रतिदिन एवढी आहे. ही उपलब्धता जागतिक दरडोई उपलब्धतेपेक्षा आणि इंडियन कौन्सिल ऑफ मेडिसिनल रिसर्च (आयसीएमआर)नुसार जास्त आहे. ही समाधानाची बाब जरी असली तरी विविध राज्यांचा विचार करता ही उपलब्धता ६० ग्रॅम ते जवळपास १ लीटर इतकी तफावत असलेली आढळते. महाराष्ट्राचा विचार करता दरडोई उपलब्धता २०६ ग्रॅम प्रतिदिन असून दूध उत्पादन ८.७ दशलक्ष टन एवढे आहे. देशात दूध उत्पादनात महाराष्ट्राचा ७वा क्रमांक लागतो.

सन २००७ नुसार जनावरांची संख्या

	जग (दशलक्ष)	भारत (दशलक्ष)
गायवर्गीय	१३५७.८	१९९.१
म्हैस	१८२.६	१०५.६
मेंढी	११०५.६	७१.६
शेळी	८३६.९	१४०.५

देशातील जनावरांच्या एकूण संख्येपैकी म्हैसवर्गाचा एकूण दूध उत्पादनात ५३.४%, गायवर्गाचा ४१.१%, तर शेळीचा ३.५% एवढा वाटा आहे. बरेचसे भारतीय दुग्धपदार्थ बनवण्यासाठी म्हशीच्या दुधास प्राधान्य देतात. पारंपरिक दुग्धपदार्थासाठी म्हशीचे दूध पुरेशा प्रमाणात उपलब्ध आहे. पारंपरिक भारतीय दुग्धपदार्थांच्या निर्यातीस वाव आहेच.

एकूण दूध उत्पादनातील दुधाचा वापर

दूध	४६%
तूप/बटर	३३%
दही	७%
खवा	७%
छन्ना/पनीर	३%
परदेशी पदार्थ (चीज, आइस्क्रीम इत्यादी)	४%

- घरच्या एकूण खाण्यापिण्याच्या खर्चात १७% खर्च हा दूध आणि दुग्धपदार्थांवर होतो.
- कृषीचा जीडीपीतील वाटा १५.१८ (२०११–१२)
- पशुधनाचा कृषी जीडीपीतील वाटा २३.८० (२०१०–११)
- पशुधनाचा एकूण जीडीपीतील वाटा ३.९२ (२०११–१२)
- आशियाई देश, आफ्रिकी देश यांना आपण दुग्धपदार्थांची निर्यात करतो.
- भविष्यात सन २०१५ मध्ये अंदाजे १४२.९ दशलक्ष टन दुग्धपदार्थांची आवश्यकता; तर हीच मागणी २०२० मध्ये १९१.३ दशलक्ष टन एवढी राहील.
- भारतात जगाच्या तुलनेत २३% पशुधन परंतु दुग्ध उत्पादन जगाच्या फक्त १५%.
- अमेरिकेत जगाच्या ६%च पशुधन परंतु जगात दुग्ध उत्पादनात १२.५% वाटा.
- आशिया खंडातील एकूण दूध उत्पादनात भारताचा ३५% वाटा.

* जीडीपी (GDP : Gross Domestic Production) अर्थात राष्ट्रीय स्थूल उत्पन्न

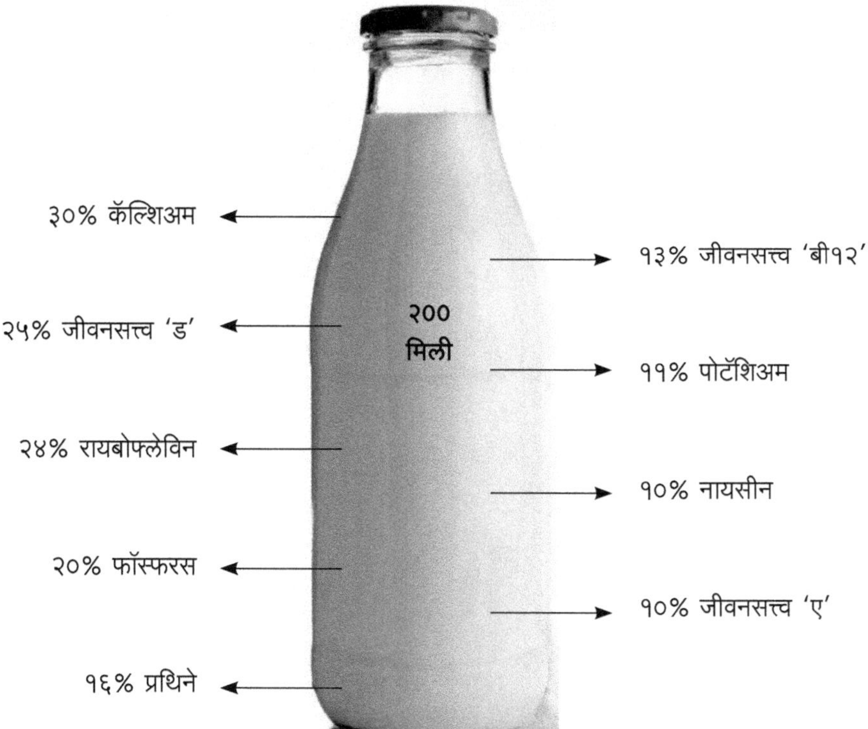

रोजच्या आहारात आवश्यक असणाऱ्या विविध जीवनसत्त्वांपैकी
२०० मिली दुधातून मिळणारे पौष्टिक घटक

दुधाच्या वापराची आकडेवारी पाहता भारतीय दुग्धपदार्थांसाठी जास्त प्रमाणात दूध वापरले जाते हे स्पष्ट होतेच. परंतु त्याप्रमाणात निर्यातीत आपण मागे आहोत. देशी पदार्थांच्या वापरासंबंधी जागतिक पातळीवरील तज्ज्ञ श्री. संदीप वासलेकर यानी त्यांच्या *एका दिशेचा शोध* या पुस्तकात असे नमूद केले आहे की, बाहेर देशात पाहुण्यांना पारंपरिक पद्धतीचे जेवण देण्याची प्रथाच आहे. त्यांना जवळपास ३० वर्षे हा अनुभव आला. तुर्कस्तान, इस्रायल, अरब राष्ट्रांत बऱ्याच वेळेस असंख्य प्रकारचे गोड पदार्थ (डेझर्ट) असतात; परंतु हे सर्व स्थानिक पदार्थ असतात. त्यात आइस्क्रीम, केक व पाश्चिमात्य प्रकार नसतात. आपणही दुग्धपदार्थांबाबत देशी अस्मिता जपल्यास चांगल्या गुणवत्तेचे भारतीय दुग्धपदार्थ भविष्यात निश्चितच मोठ्या प्रमाणात निर्यात होऊन परदेशी चलन मिळेल.

दुग्धप्रक्रिया उद्योगाची सुरुवात करताना...

▲▲

गावातील तरुण, महिला बचत गट यांनी एकत्र येऊन आपल्या गावातील, तसेच आसपासच्या इतर गावांतील अतिरिक्त दूध गोळा करून त्यावर प्रक्रिया केल्यास चांगले उत्पन्नाचे साधन गावातच तयार होते. फक्त गरज आहे ती दुग्धप्रक्रिया उद्योगाला नवीन तंत्रज्ञानाची जोड आणि ग्राहकांना शुद्ध, उत्तम दुग्धपदार्थ पुरवण्याची.

▼▼

भारत जगात दुग्ध उत्पादनात आघाडीवर आहे. येत्या काळात दुधाची मागणी वाढती आहे, तर दुसऱ्या बाजूला आजही ग्रामीण भागात दुधाला शहरी भागाच्या तुलनेत हवा तितका दर मिळत नाही. देशाच्या एकूण दूध उत्पादनात ३७% दूध हे दुग्धपदार्थांच्या प्रक्रियेसाठी वापरले जाते. यात २४% दूध हे अनियोजित क्षेत्रात वापरले जाते. येथेच दुग्धपदार्थांची गुणवत्ता सुधारण्यास खूप मोठा वाव आहे.

अनेक जिल्ह्यांत हजारो बचत गट, विविध आर्थिक उन्नतीचे गट कार्यरत आहेत. अनेक जिल्ह्यांत विविध योजनांमार्फत गाई, म्हशींचे वाटप केल्यामुळे दुग्ध उत्पादनात काही ठिकाणी वाढही झालेली दिसते. 'फ्लश सीझन' म्हणजे जास्त दुधाच्या काळात गाईचे दूध अनेक डेअऱ्यांमध्ये नाकारले जाते किंवा अत्यंत कमी दर मिळतो. हे लक्षात घेऊन गावातील तरुण गट तसेच महिला बचत गट यांनी एकत्र येऊन आपल्या गावातील, तसेच आसपासच्या इतर गावांतील शेतकऱ्यांकडून अतिरिक्त दूध गोळा करून ते पुढे विक्रीकरता न पाठवता प्रक्रिया केल्यास चांगली किंमत मिळू शकते. फक्त गरज आहे ती तंत्रज्ञानाची जोड व स्वच्छ, शुद्ध, उत्तम दुग्धपदार्थ पुरवण्याची.

दुग्धप्रक्रिया उद्योग सुरू करताना...

दूध प्रक्रिया करताना कुठले पदार्थ बनवावेत, यंत्रसामग्रीवर बराच खर्च करावा लागेल का, उत्पादित प्रक्रिया पदार्थ कोण घेणार, विक्री कशी करणार, पॅकेजिंगचे काय, ब्रँड तयार होईल का, असे अनेक प्रश्न व्यवसायास सुरुवात करणाऱ्यांच्या मनात येतात. यासाठी पहिल्यांदा या उद्योगासंबंधी प्राथमिक अभ्यास महत्त्वाचा आहे.

दुग्धजन्य पदार्थांची मागणी

- गाव, शहर, निमशहर यानुसार पदार्थांची संख्या कमी-जास्त होऊ शकते. परंतु सर्वांगाने विचार केल्यास अनेक हॉटेल, ढाबे, जेवणाची कंत्राटे घेणारे, या सर्वांना पनीर, खवा, तूप, दही, चक्का इत्यादी ठरावीक प्रमाणात लागत असतो.

- हॉटेल, ढाबे यांची पनीरसाठीची रोजची मागणी असतेच.
- लग्नाच्या जेवणात गुलाबजाम, मिठाईसाठी खवा, चक्का, पनीर इत्यादी आवश्यक असतो. शंभर माणसांसाठी गुलाबजाम तयार करण्यासाठी अंदाजे पाच किलो खवा म्हणजेच ५०० ते ७०० माणसांसाठी २५ ते ३५ किलो खवा हा कच्चा माल म्हणून लागेल. तसेच शंभर जणांसाठी जेवणासाठी एका भाजीत पनीर वापरावयाचे असल्यास साधारणपणे १० किलो पनीर लागेल. थोडक्यात, बाजारपेठेत मागणी आहे. ही मागणी आपण शोधली पाहिजे.

विक्रीचे नियोजन

- कुठल्याही व्यवसायात मागणी एकदम वाढणार नाही. बचत गटांच्या विविध प्रदर्शनातून स्टॉल्स लावल्यास मोठ्या प्रमाणात जाहिरात होऊन मागणी वाढते.
- हॉटेल, ढाबे यांची दुग्धपदार्थांसाठीची रोजची मागणी असतेच.
- लग्नसमारंभाची मागणी लक्षात घेऊन तेथील जेवण तयार करणाऱ्या आचारी लोकांशी संपर्क ठेवून अपल्या दुग्धजन्य पदार्थांची मागणी वाढवता येईल.
- अशा प्रकारे मागणी वाढत गेल्यास आजूबाजूच्या शहरांतील शॉपिंग मॉल्स, सुपर शॉपी, दुकाने इत्यादी ठिकाणी योग्य पद्धतीने पॅक केलेले दुग्धपदार्थ विक्रीसाठी ठेवता येतील.

यंत्रसामग्रीची गरज

- छोट्या यंत्रांचा वापर करून शेतकऱ्यांच्या गटांना दूधप्रक्रियेच्या दृष्टीने लघुउद्योगांकडे वळण्यास मोठी संधी आहे.
- खवा, पनीर, पेढा, श्रीखंड, लस्सी, क्रीम सेपरेशनसाठी लहान स्वरूपातील यंत्रे उपलब्ध आहेत.

खवा बनवण्यासाठीचे यंत्र हाताळताना

- विविध पदार्थांसाठी, वेगवेगळ्या क्षमतेची यंत्रे महाराष्ट्रात उपलब्ध आहेत. आपल्या उत्पादनानुसार ती विकत घेता येतील.
- खवा उत्पादनासाठी कमीतकमी ४२ हजारांपासून ते २.५ लाखांपर्यंत यंत्रे उपलब्ध आहेत. पनीरसाठी साधा पनीर प्रेस १५–२० हजार, तर न्यूमॅटिक प्रेस हा ५० हजार ते २.५ लाखांपर्यंत मिळू शकेल.
- दुधातील साय वेगळी करण्यासाठी क्रीम सेपरेटरची किंमत २८ ते ४० हजारांपर्यंत आहेत. सुरुवातीस एक किंवा दोन पदार्थांसाठी लागणारी यंत्रे खरेदी करून, गरजेनुसार इतर पदार्थांच्या निर्मितीसाठी यंत्रे विकत घेता येतील.

पॅकेजिंगसाठी डबे

- विविध दुग्धपदार्थांसाठी पॅकेजिंग मटेरिअल निवडताना मूळ पदार्थ व पॅकेजिंग मटेरिअलची गुणवत्ता विचारात घ्यावी.
- सध्या बाजारात सहज उपलब्ध होणारे पीव्हीसी किंवा पॉलिप्रॉपिलीनचे प्लॅस्टिकचे डबे बासुंदी, गुलाबजाम, श्रीखंड, रसगुल्ला इत्यादींसाठी वापरता येतील.
- मिठाई ठेवण्यासाठी कागदापासूनची वेष्टने व प्लॅस्टिकचे वेगवेगळे प्रकार लॅमिनेट करून वापरता येतील.
- अनेक प्रकारच्या प्लॅस्टिकची घनता, ताणशक्ती, ऑक्सिजनच्या प्रवेशक्षमतेमध्ये फरक असतो. या प्रकारच्या क्षमता तपासून त्या–त्या प्लॅस्टिकसंबंधी खात्री पटवता येते.
- पनीर, मिठाईसाठी व्हॅक्यूम पॅकिंग वापरले जाते. नवीन तंत्रज्ञानामध्ये मॉडीफाइड अॅटमॉसफिअर पॅकेजिंग ऑक्सिजन अॅबसॉर्बर तंत्र उपलब्ध झाले आहे.

ब्रँडिंग महत्त्वाचे

- आपल्या उत्पादनाचा ब्रँड विकसित करण्यासाठी जाहिरातींबरोबरच स्वच्छ, शुद्ध, योग्य मूल्यवर्धित आणि पॅकेजिंग केलेले दुग्धपदार्थ तयार करणे खूप महत्त्वाचे आहे.
- आजघडीला नवनवीन तऱ्हेने दुग्धपदार्थ उत्तमरीत्या पेश करून आपल्यासमोर येत आहेत. 'मॉल' संस्कृतीमुळे एकच पदार्थ चार–पाच प्रकारे ग्राहकांसमोर येत आहेत.
- बदलत्या जीवनशैलीमुळे पौष्टिक, शुद्ध, नैसर्गिक रंग आणि रसायनविरहित पदार्थांकडे कल वाढतोय. यासाठी स्थानिक उपलब्धतेनुसार दुग्ध पदार्थांत फळांचा वापर, कमी फॅटचे दुग्धपदार्थ, कमी कॅलरीजचे पदार्थ (कृत्रिम साखरेचा वापर), तंतुमय पदार्थांचा वापर अशा अनेक प्रकारे मूल्यवर्धन करता येईल.
- दुग्धपदार्थ तयार करत असताना मिळणारे उप–उत्पादन– उदाहरणार्थ, स्किम मिल्क (फॅट नसलेले) जे साय काढल्यानंतर मिळते, निवळी जे पनीर, छाना तयार करताना मिळते, ताक इत्यादीवर छोटीशी प्रक्रिया करून विक्री करता येते. या प्रक्रियेच्या पद्धती अत्यंत सोप्या व सहज करता येण्याजोग्या आहेत.
- ग्राहकाला उत्पादनाची गुणवत्ता पटवून दिली तर विक्रीत वाढ तर होईलच, तसेच ही माहिती 'ब्रँड' बनवण्यासाठीही उपयुक्त ठरेल.

दुग्धपदार्थ निर्मितीचे प्रशिक्षण

कृषी विद्यापीठ, कृषी महाविद्यालयातील पशुशास्त्र व दुग्धशास्त्र विभागांत आयोजित होणारे मेळावे, प्रशिक्षण यातून दुग्धपदार्थ निर्मितीची माहिती मिळेलच, तसेच दुग्ध महाविद्यालय, पुसद, विविध जिल्ह्यांतील कृषी विज्ञान केंद्रांमध्ये प्रशिक्षण, माहिती मिळेल. आणंद, गुजरात येथील प्रशिक्षण दुग्धतंत्र महाविद्यालय प्रसिद्ध आहे. येथे पाच–सहा दिवसांचे दुग्धतंत्रातील विविध प्रशिक्षण कार्यक्रम शेतकरी, डेअरीतील तंत्रज्ञ यांच्यासाठी सुरू असतात. प्रशिक्षण, भोजन, निवास यांचा खर्च धरून साधारणपणे प्रशिक्षण कालावधीनुसार चार ते दहा हजार रुपये शुल्क आहे. याचबरोबरीने राष्ट्रीय दुग्ध संशोधन संस्था, कर्नाल, हरियाणा येथेही प्रशिक्षण मिळते.

दुग्धप्रक्रिया व्यवसाय सुरू करताना उपस्थित होणारे काही सर्वसामान्य प्रश्न

गावपातळीवर व्यवसायाच्या दृष्टीने कमीतकमी गुंतवणुकीत कुठला दुग्धपदार्थनिर्मितीचा व्यवसाय करावा?

पनीरनिर्मितीचा व्यवसाय कमी गुंतवणुकीत लहान स्तरावर करता येईल. पनीर उत्पादनासाठी पनीर प्रेसची (८–१० किलो एका वेळेस) किंमत साधारण १५ हजार रुपयांपर्यंत; तसेच दूध गरम करण्यासाठी (एका वेळेस ५०–६० लीटर दूध) भांडी, इतर साहित्य इत्यादी दहा हजार रुपये खर्च अपेक्षित धरून अंदाजे २५ ते ३० हजार खर्चाची गुंतवणूक करावी लागेल. यात रेफ्रिजरेटरचा समावेश केलेला नाही. साधारणपणे एका प्रेसमधून एक ते दीड तासात ८–१० किलो पनीर उत्पादित होऊ शकेल. पनीर हा दुग्धपदार्थ अनेक हॉटेल्ससाठी आवश्यक असणारा पदार्थ आहे. रोजची विशिष्ट मागणी प्रत्येक हॉटेल्सची असते; तसेच लग्न, इतर समारंभांत जेवणावळीत पनीर आवश्यक असते.

व्यवसायाच्या दृष्टीने खवा हा नेहमी आवश्यक असणारा कच्चा माल म्हणून वापरला जाणारा पदार्थ आहे. खव्यापासून गुलाबजामुन, बर्फी इत्यादी अनेक प्रकारच्या मिठाई तयार करतात. लग्न–समारंभादरम्यान खव्याची मागणी प्रचंड वाढते. खवा बनवण्यासाठी खवा यंत्र बाजारात उपलब्ध आहेत.

दुग्धप्रक्रिया करताना किंवा लहान स्तरावर दुग्धपदार्थ तयार करताना दुधाच्या कोणत्या तपासण्या कराव्यात? यासाठी कमीतकमी काय आवश्यक आहे? खर्च किती?

दूध हा मुख्य कच्चा माल असल्यामुळे तयार होणाऱ्या पदार्थांची गुणवत्ताही दुधावरच अवलंबून आहे. यासाठी दूध चांगले आहे का ते तपासण्यासाठी दूधभेसळ ओळखण्याचे किट, फॅट तपासण्याची सोय, दुधाची डिग्री (Specific Gravity) तपासण्याची सोय असावी. थर्मामीटर, दुधाची आम्लता तपासण्याची सोय असल्यास चांगले. या सर्व तपासण्यांसाठीच्या सामग्रीसाठी ८ ते १० हजार रुपये खर्च अपेक्षित आहे.

दुग्धपदार्थनिर्मितीचा व्यवसाय करताना दुधातील भेसळ ओळखण्यासाठीचे सोपे तंत्र काय?

दुधातील भेसळ ओळखण्यासाठी एनडीडीबी या संस्थेने लहान, मध्यम, मोठे असे किट (पेट्या) बनवले आहेत. या किटमध्ये आवश्यक असणारी सर्व सामग्री पुरवण्यात येते. भेसळ शोधण्यासाठी लागणारी रसायन, टेस्टट्यूब, इतर काचेची भांडी, माहितीपत्रक

इत्यादींचा समावेश असतो. खूप सोप्या व साध्या पद्धतींतून काही मिनिटांत भेसळ ओळखता येते. या किटची किंमत अंदाजे तीन हजार रुपयांपासून ते दहा हजार रुपयांपर्यंत आहे.

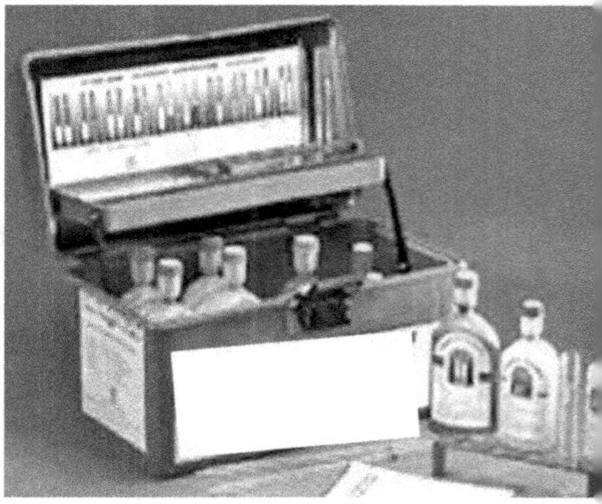

◈ लहान स्तरावर दुग्धप्रक्रिया करून पदार्थ बनवताना कुठल्या पदार्थांसाठी यंत्रे उपलब्ध आहेत?

लहान स्तरावर व्यवसाय सुरू करताना विविध दुग्धपदार्थ तयार करण्यासाठी लागणारी यंत्रे खालील तक्त्यात दिलेली आहेत :

यंत्राचे नाव	उपयोग
खवा यंत्र	खवा तयार करणे, बासुंदी तयार करणे, आइस्क्रीम मिक्स गरम करणे, दूध गरम करणे इ.
पनीर प्रेस	साकळलेल्या दुधाच्या गोळ्यावर दाब देऊन पनीर तयार करणे
क्रीम सेपरेटर	दुधातील साय जलद गतीने वेगळी काढणे, कमी फॅटचे दूध (स्कीम मिल्क) वेगळे करणे
श्रीखंड यंत्र	लस्सी, ताकासाठी साखर, पाणी इत्यादी एकत्र करणे
न्यूमॅटिक पनीर प्रेस	जास्त प्रमाणात पनीर उत्पादनासाठी
पेढा बनवण्याचे यंत्र	पेढा तयार करण्यासाठी
घी बॉयलर	तूप तयार करण्यासाठी

◈ वर्षभर दुग्धपदार्थांना, उत्पादित मालाला मार्केट राहील यासाठी काय करता येईल?

वर्षभरासाठी उत्पादित मालाला उठाव राहण्यासाठी नियोजन करणे आवश्यक आहे. वरील माहितीनुसार लग्न समारंभाच्या तारखांदरम्यान खवा, चक्का, पनीर पुरवता येईल. पनीरची अनेक हॉटेल्ससाठी वर्षभर मागणी असते. वर्षभरात येणाऱ्या अनेक सणांसाठीच्या तारखा लक्षात ठेवून त्या–त्या सणांकरिता विशिष्ट दुग्धपदार्थांची मागणी वाढते. दसरा, दिवाळी, ईद इत्यादी अनेक सणांकरिता नियोजन करता येईल; तसेच ऋतुंनुसारदेखील मागणी बदलत असते. उन्हाळ्यात लस्सी, ताक, चॉकलेट, दूध इत्यादी मागणी व खप वाढतो. थंडीत दही, पनीर, मिठाई इत्यादींच्या मागणीत थोडी वाढ होतच असते.

याशिवाय जिल्ह्या–जिल्ह्यांत होणारी कृषी प्रदर्शने, महिला बचत गटांचे मेळावे, अन्नपदार्थांचे मेळावे इत्यादी ठिकाणी आपला स्टॉल उभारून विक्रीत वाढ करता येईल.

◈ दुग्धपदार्थनिर्मिती, दुधाची तपासणी इत्यादींसाठी प्रशिक्षण, माहिती कोठे मिळेल?

यासाठी आपापल्या भागात असणारी कृषी विज्ञानकेंद्र, कृषी महाविद्यालयातील पशू व दुग्धशास्त्र विभाग, कृषी विद्यापीठातील शास्त्रज्ञ, इत्यादींच्या माध्यमातून प्रशिक्षण व माहिती मिळू शकेल. वरील ठिकाणी प्रशिक्षणाचे कार्यक्रम वेळोवेळी आयोजित होत असतात. आणंद (गुजरात) येथील महाविद्यालयात प्रशिक्षण आयोजित होत असते.

◈ ग्रामीण भागातून तालुका स्तरावरील उत्पादित मालाचे मार्केटिंग कसे करता येईल?

ग्रामीण भाग किंवा तालुका स्तरावरील उत्पादित पदार्थ उदाहरणार्थ, खवा, पनीर हे त्या–त्या ठिकाणच्या हॉटेल्स, मोठ्या कार्यक्रमात जेवण बनवणारे आचारी यांच्यामार्फत माल विकता येईल. जवळच्या जिल्ह्याच्या ठिकाणी असणारी मोठी हॉटेल्स तेथील आचारी यांना माल विकून चांगला भाव मिळवता येईल. उत्पादित पदार्थ चांगल्या पद्धतीने पॅक करून जिल्ह्यात असणाऱ्या लहान, मोठ्या शॉपिंग मॉलमध्ये विक्रीस ठेवता येतील.

◈ एक किलो दुग्धपदार्थ निर्मितीसाठी साधारणपणे किती दूध लागते?

	लागणारे दूध (लीटर)		लागणारे दूध (लीटर)
पनीर	५.५ ते ६.० म्हशीचे	छन्ना	५ ते ५.५ म्हशीचे
खवा	५.५ ते ६.० म्हशीचे	चक्का	१.७ ते २ म्हशीचे
दही	१ लीटर गाईचे/म्हशीचे	बासुंदी	३ ते ३.५ (साखर वेगळी)

(दुधाचे प्रमाण दुधात असणाऱ्या फॅट व एसएनएफनुसार थोडे बदलू शकते.)

◈ दुग्धपदार्थनिर्मितीसाठी कुठले कायदे पाळावेत व निर्मितीसाठी कोणत्या परवानग्या आवश्यक आहेत?

दुग्धपदार्थनिर्मिती करताना एफएसएसएआयचे कायदे लागू होतात. दुग्धपदार्थांच्या निर्मितीसाठी औषध व अन्न प्रशासन यांच्याकडून रीतसर परवानगी घेणे आवश्यक आहे. यासाठी आवश्यक असलेली कागदपत्रे, जमिनीचा सातबारा उतारा, निर्मिती करणार असलेल्या दुग्धपदार्थांची यादी इत्यादी व लागणारे शुल्क भरून परवानगी घेता येईल.

दुग्धप्रक्रिया उद्योगाचे बाजारपेठेनुसार नियोजन

▲▲

दुग्धपदार्थनिर्मितीचा व्यवसाय करताना तो कुठल्या पदार्थांचा करावा, यासाठी लहान यंत्रे आहेत का, यंत्रे कुठल्या पदार्थांसाठी आहेत, दुग्धपदार्थ विक्रीसाठी मार्केट कसे आहे, संधी कोठे आहे, मार्केटिंग कसे करता येईल, यांसारखे अनेक प्रश्न शेतकऱ्यांच्या पुढे आहेत. त्याची थोडक्यात माहिती...

▼▼

गेल्या काही वर्षांत राज्यामध्ये दुग्ध व्यवसायवाढीस लागला आहे. दूधविक्रीच्या बरोबरीने काही शेतकरी आता प्रक्रिया उद्योगाकडेही वळत आहेत. दर्जेदार दुग्धजन्य पदार्थांना बाजारपेठेत चांगली मागणी आहे. त्यासाठी प्रथम दुधाची गुणवत्ता, प्रक्रियातंत्र आणि बाजारपेठ याचा अभ्यास महत्त्वाचा आहे. दही, पनीर, पेढा यापदार्थांना वर्षभर मागणी असते. याव्यतिरिक्त लग्नसराईमध्ये खवा, पनीर आणि दही यांना मागणी वाढलेली असते.

क्रीम सेपरेटर यंत्र

- पनीर, खवा, ताक, लस्सी, श्रीखंड, आइस्क्रीम इत्यादी पदार्थांसाठी तसेच साय (क्रीम) वेगळी काढण्यासाठी क्रीम सेपरेटर यंत्र उपलब्ध आहे. या यंत्राच्या वापरण्यासाठी विशेष तंत्रज्ञाची गरज भासत नाही.
- दूध थंड करण्यासाठी लहान बल्क कुलर्सही उपलब्ध आहेत. दुग्धजन्यपदार्थ साठवण्यासाठी रेफ्रिजरेटरची आवश्यकता असते.
- पनीर प्रेस अंदाजे १५ हजार रुपये, खवानिर्मिती यंत्र अंदाजे ४० ते एक लाखापर्यंत, क्रीम सेपरेटर ४० हजार रुपयांपासून पुढे, श्रीखंडनिर्मिती यंत्र ४० हजारांपासून पुढे, तर लस्सीनिर्मिती यंत्र पाच हजारांपासून ते २० हजारांपर्यंत उपलब्ध आहे. विविध ठिकाणी किमतीत थोडाफार फरक पडू शकतो.

सणासुदीला दुग्ध पदार्थांची मागणी

- वर्षभर दुग्धजन्य पदार्थांना मागणी असण्यासाठी आपल्याला वेगळे नियोजन करावे लागेल. यासाठी विविध दुग्ध पदार्थांचे उत्पादन घ्यावे लागेल. उदाहरणार्थ, दिवाळीअगोदर किंवा दिवाळी सणादरम्यान मिठाईची मागणी प्रचंड प्रमाणात वाढते. अशा वेळेस वेगवेगळ्या स्वादाच्या बर्फी (चॉकलेट, फळांचा वापर) चमचम, गुलाबजामुन, रसमलाई पेढे, कलाकंद बर्फी या दुग्ध पदार्थांना मागणी असते. त्यानुसार पदार्थनिर्मितीचे नियोजन करावे.
- दसरा सणासाठी, श्रीखंडासाठी मोठ्या प्रमाणात मागणी असते. संक्रांतीसाठी, अनेक वेगवेगळ्या सणांसाठी बासुंदीलाही चांगली मागणी वाढते. अशा सणांदरम्यान अगोदर नियोजन करून नफा कमावता येईल, विक्री वाढवता येईल.
- उपवासादरम्यान (एकादशी, संकष्टी) दह्याची मागणी वाढते. रमझान, ईदसाठी शिरखुर्मा पदार्थ तयार केला जातो. याच कालावधीत फालुदाचीही मागणी वाढते. सणाचा कालावधी लक्षात घेऊन दुग्धपदार्थ तयार करून विक्रीत वाढ करता येऊ शकेल.

ऋतुंनुसार दुग्धपदार्थ

हिवाळा आणि विशेषत: उन्हाळ्यात दुग्ध पदार्थांची विक्री मोठ्या प्रमाणात होते. हिवाळ्यात पनीर, तूप, बटर, दही या दुग्ध पदार्थंची मागणी वाढते. उन्हाळ्यात सुगंधी दूध, ताक, लस्सी, आइस्क्रीम, कुल्फी, बदाम शेक, इत्यादी दुग्धपदार्थांची मागणी वाढलेली दिसते. ताकामध्ये मसाला ताक, कोकम ताक, लस्सीत वेगवेगळ्या फळांच्या (उपलब्धतेनुसार) गराचा वापर करावा.

बाजारात विक्रीसाठी वेगळ्या तऱ्हेचे, नवीन दुग्धपदार्थ

वेगळ्या चवीच्या दुग्धपदार्थांना बाजारात मागणी आहे. पनीर टिक्का, दहीभात, मटार खीर, बाजरा लस्सी, अंगूर रबडी, चमचम, संदेश, लवंगलतिका, निवळीपासूनची पेये, सूप तसेच इतर राज्यांतील पदार्थ आपल्या राज्यात तयार करून विकता येतील. विविध वनौषधींचा दुग्धपदार्थांत वापर, त्यांच्या बनवण्याच्या पद्धती, मधाचा वापर, वेगवेगळ्या विरजणांच्या पद्धतींचा वापर इत्यादींवर कृषी विद्यापीठात किंवा अनेक ठिकाणी झालेल्या संशोधनाचा लाभ शेतकऱ्यांनी घेतला पाहिजे.

फळांच्या उपलब्धतेनुसार पदार्थांची निर्मिती

वेगवेगळ्या ऋतूंत विविध ठिकाणी वेगवेगळी फळे स्वस्तात उपलब्ध असतात. त्या फळांचा वापर अनेक दुग्धपदार्थांसाठी करता येतो. उदाहरणार्थ, आंबा, अंजीरचा वापर शेक, आइस्क्रीम, श्रीखंड, बर्फी, दही अशा अनेक दुग्धजन्य पदार्थांत करता येतो

गरजेनुसार व गरजेपुरता दुग्धपदार्थ निर्मिती

सुरुवातीची दुधाची एक लीटरची बाटली आता छोटी होऊन पाव लीटरपर्यंतदेखील आली आहे. त्याचप्रमाणात मिठाईचे पॅकिंग उदाहरणार्थ, दोन ते चार गुलाबजाम, दोन ते चार रसगुल्ले, पेढा, बर्फी तसेच १०० किंवा २०० मि.लि.च्या पॅकमध्ये मिष्टी दही, २०० मि.लि. बाटलीमध्ये लस्सी अशा प्रकारे पॅकिंग करता येईल. अशा प्रकारचे लहान पॅकिंग रेल्वेस्थानक, बस स्थानक, हॉटेल्स, महाविद्यालये याठिकाणी ठेवता येतील. काही ठरावीक पदार्थ सोडल्यास अशा प्रकारचे लहान पॅकिंगमधले दुग्धपदार्थ मोठ्या प्रमाणात उपलब्ध नाहीत.

तंत्र दुग्धजन्य पदार्थांच्या विक्रीचे...

- आपला उत्पादित माल एकाच ठिकाणी विकताना विक्री कमी होते. परंतु अनेक ठिकाणी मागणीनुसार पुरवठा केल्यास विक्री वाढवता येईल.
- खव्यासाठी वेगवेगळे केटरर्स यांच्याशी संपर्क साधता येईल. पनीरची मागणी हॉटेल्ससाठी रोजची असते. शिवाय केटरर्सशीदेखील संपर्क ठेवून पुरवठा करता येईल.

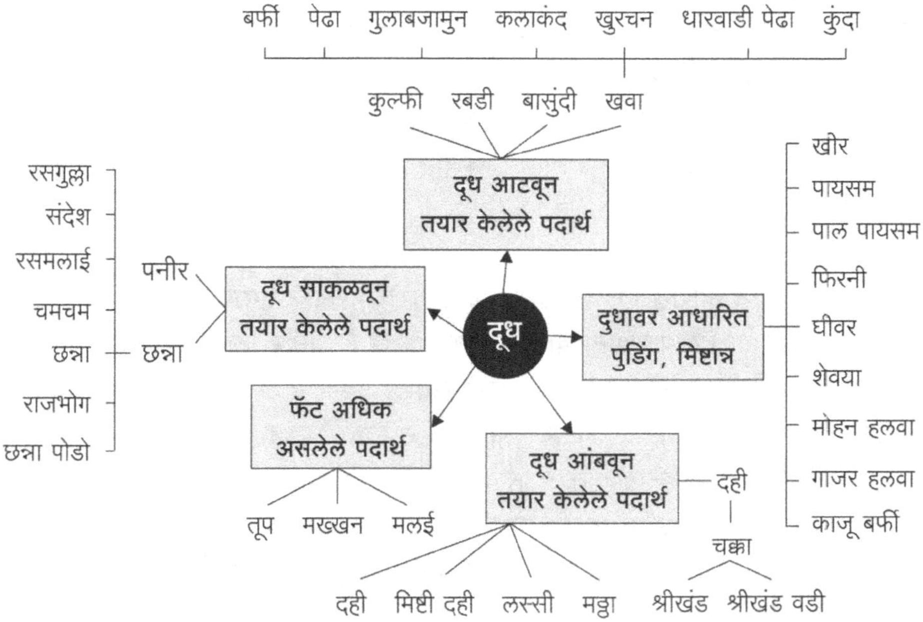

तसेच मेस, कँटिनसाठीही पुरवठा करता येईल.

- सॅण्डविच तयार करणाऱ्यांसाठी बटर, पिझ्झा तयार करणाऱ्यांसाठी मोझारेला चीज पुरवता येईल. तसेच हॉस्पिटलसाठी काही ठरावीक दुग्धपदार्थ देता येतील. कमी फॅटचे दूध, सुगंधी दूध, दही इत्यादींची हॉस्पिटलला मागणी असते.

वेगवेगळ्या वयांच्या लोकांसाठी दुग्धपदार्थ

- सर्वसाधारण दुग्धपदार्थांची ठरावीक विक्री तर होतच असते; परंतु विशिष्ट वयाचा गट निश्चित करून दुग्धपदार्थांत विक्री वाढवता येईल. वयस्क किंवा स्थूल व्यक्तींसाठी कमी फॅटचे (फॅट काढून घेतलेले) दुग्धपदार्थ (कमी फॅटचे दूध, दही, पनीर, बासुंदी, श्रीखंड इत्यादी) देता येतील.
- साखरेऐवजी कृत्रिम साखर वापरून 'कमी कॅलरीजचे दुग्धपदार्थ' म्हणून विक्री करता येते.

- लहान मुलांसाठी वेगवेगळ्या आकाराचे संदेश (बंगाली मिठाई), वेगवेगळ्या रंगात असणारा लहान चेरी रसगुल्ला, लहान पेढा असे पदार्थ तयार करावेत. यामध्ये शिफारशीत खाद्यरंगाचा उपयोग, आकारात थोडा बदल, चवीत थोडी नावीन्यता (चॉकलेट, फळांचा गर यांचा वापर) आणावी.
- गर्भावती स्त्रियांसाठी पौष्टिकता वाढवून गरजेनुसार पदार्थ तयार करता येतील.
- लहान मुलांसाठी कॅन्डी, मोठ्यांसाठी व्हे कॉफी, सुगंधी दूध इत्यादी प्रकारात दुग्धपदार्थ तयार करावेत.

व्यावसायिक खवानिर्मितीचे तंत्र

▲▲

खवानिर्मिती यंत्राचे गॅसवर चालणारे, डिझेलवर चालणारे आणि वाफेवर चालणारे, असे तीन प्रकार आहेत. यंत्राच्या साह्याने तयार केलेल्या खव्याची गुणवत्ता चांगली असते. हा खवा चांगल्या अंगबांधणीचा, मृदू, मुलायम तयार होतो. तसेच खवा तयार करण्याच्या वेळेतही बचत होते.

▼▼

दुग्धपदार्थ निर्मितीत मोठी मागणी असलेला पदार्थ म्हणजे खवा. पेढा, बर्फी, गुलाबजाम इत्यादींसाठी खवा हा मुख्य कच्चा माल म्हणून वापरला जातो. दिवाळी, गणपती उत्सव, विविध सण, परीक्षांच्या निकालांचा काळ, लग्नसराईचा कालावधी, अशी जवळजवळ वर्षभर खव्याला मागणी असते. लग्नकार्यात तर सर्वसाधारणपणे १०० लोकांमागे चार ते पाच किलो खव्याची गरज असते.

देशात एकूण दूध उत्पादनापैकी सात टक्के दूध हे खवा उत्पादनासाठी वापरले जाते. पारंपरिकरीत्या दूध कढईत घेऊन, चुलीवर, गॅसवर आटवून खवा तयार करतात, परंतु या पद्धतीत प्रत्येक वेळेस रंग, अंगबांधणीत फरक पडतो. शिवाय वेळही फार लागतो. खूप लक्षपूर्वक सतत दूध घोटत राहावे लागते. गेल्या काही वर्षांपासून खवा तयार करण्यासाठी खवा यंत्राचा वापर वाढू लागला आहे. दूध चांगले घट्ट झाल्यावर तापमान ८०-८८ से.पर्यंत खाली आणले जाते. जेव्हा खवा कढईचा आजूबाजूचा व तळाचा भाग सोडू लागेल व एकत्र चिकटू लागेल तेव्हा खवा तयार झाला असे समजावे. पण या पद्धतीत वेळ जास्त लागतो व खवा सारख्याच क्वालिटीचा होईल याची खात्री नसते.

यंत्राच्या साह्याने तयार केलेला खवा हा चांगल्या गुणवत्तेचा आणि मुलायम तयार होतो. तसेच खवा तयार करण्याच्या वेळेतही बचत होते.

खव्यातील विविध घटकांचे प्रमाण (टक्के)

एकूण घनपदार्थ : ६९.०७-७७.६६	फॅट (स्निग्धांश) : २२.००-३२.१९
प्रथिने : १७.७३-१९.१२	दुग्ध-शर्करा : २३.७०-२५.८०

- खवा तयार करताना शक्यतो म्हशीचे निर्भेळ दूध वापरावे.
- दर्जेदार दुधापासून (४.५% फॅट व ८.५% एसएनएफ) २०% खवा मिळतो.
- गाईच्या एका लीटर दुधापासून १७० ते १८० ग्रॅम खवा मिळतो.
- म्हशीच्या एक लीटर दुधापासून २०० ते २२० ग्रॅम खवा मिळतो.
- दुधात फॅट कमी असल्यास खवा कोरडा होतो.
- दुधात भेसळ असल्यास (स्टार्च) खवा कडक बनतो.
- म्हशीच्या दुधापासूनचा खवा पांढरट, तपकिरी छटा असलेला, किंचित तेलकट, मुलायम, दाणेदार, किंचित गोड असा असतो.
- गाईच्या दुधापासूनचा खवा फिक्कट पिवळा, तपकिरी छटा असलेला, ओला पृष्ठभाग किंचित कठीण असा मिळतो.

खवानिर्मिती यंत्र

- विविध क्षमता आणि प्रकारांत खवानिर्मिती यंत्र उपलब्ध आहे. यंत्रामध्ये गॅसवर चालणारे, डिझेलवर चालणारे आणि वाफेवर चालणारे, असे तीन प्रकार आहेत.
- बहुतांशी गॅसवर चालणाऱ्या यंत्राचाच जास्त वापर होतो. प्रति किलो खवा उत्पादनाच्या खर्चात मात्र यंत्रानुसार खर्च वेगवेगळा येतो. गॅसवर चालणाऱ्या यंत्रामध्ये अंदाजे २५ रुपये, डिझेलवर चालणाऱ्या यंत्रासाठी ३५ रुपये, तर वाफेवर चालणाऱ्या यंत्रासाठी नऊ रुपये प्रति किलो खवा उत्पादनासाठी इंधन खर्च येतो. (जानेवारी २०१४)
- मशीन घेताना 'जार क्षमता' ध्यानात न घेता जास्तीतजास्त किती व कमीतकमी किती खवा बनवता येईल हा विचार करावा.
- या यंत्रामध्ये मोठे गोलाकार भांडे असते. क्षमतेनुसार ०.५ ते १ एच.पी. मोटरच्या

प्रक्रिया उद्योगाच्या गरजेनुसार खवानिर्मिती यंत्र निवडावे.

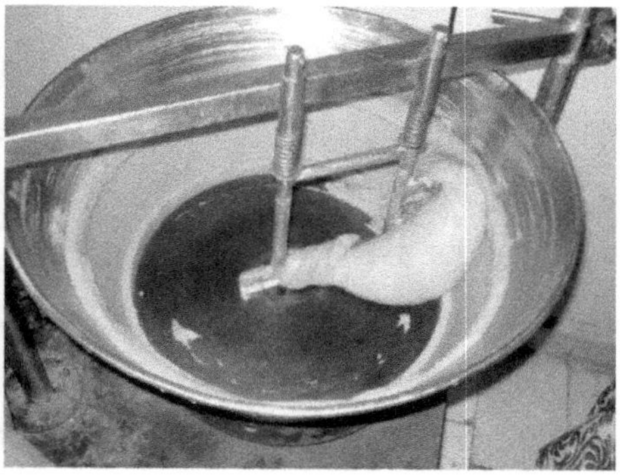

साह्याने भांडे गोल फिरते. भांड्यात असणाऱ्या दोन स्क्रॅपरच्या साह्याने दूध भांड्याच्या पृष्ठभागास म्हणजे तळाला आणि कडेस (दीड ते दोन वीत) लागत नाही. फक्त आपल्याला आचेवर नियंत्रण ठेवावे लागते.

- मोठ्या चौकोनी चमच्याने (सुपडी) दूध खाली–वर करावे लागते. या यंत्राची किंमत जारच्या क्षमतेवर अवलंबून असते. याची ६५ लीटर, १३० लीटर आणि २६० लीटर क्षमता आहे. वेगवेगळ्या कंपन्यांनुसार थोडाफार बदल असू शकतो. जार क्षमता लक्षात न घेता जास्तीतजास्त आणि कमीतकमी किती दुधापासून खवा बनवता येईल याचा विचार करावा.
- भांड्याच्या क्षमतेनुसार जास्तीतजास्त दूध घेतल्यास खवा तपकिरी रंगासारखा होण्याचा संभव असतो तर कमीतकमी दूध घेतल्यास रंग पांढरा मिळतो. मोठ्या गोलाकार भांड्यात तळाला अर्धवट स्क्रॅपर असतो. जर जास्तीचे दूध घेतले तर मोठ्या भांड्यात स्क्रॅपर नसलेल्या अर्धवट भागात मोठा चमचा (३ ते ४ फूट) सतत स्क्रॅपरसारखा धरून ठेवल्यास खव्याचा तपकिरी रंग खूपसा कमी होतो.
- गोलाकार भांड्यास बाहेरील बाजूस नळही काढलेला असतो. बासुंदी तयार करण्यासाठी, आइस्क्रीम मिक्स गरम करण्यासाठी, कुल्फीचे दूध आटवण्यासाठी या यंत्राचा उपयोग होतो.
- राष्ट्रीय डेअरी संशोधन संस्था, कर्नाल येथील शास्त्रज्ञांनी 'कंटिन्युअस खवा मेकिंग मशीन' विकसित केले आहे. हे यंत्र हीट ट्रान्स्फर आणि हायड्रोडायनॅमिक्सवर आधारित आहे. एका हीट एक्स्चेंजरमध्ये दूध ४० टक्क्यांपर्यंत आटवून ते पुढच्या हीट एक्स्चेंजरमध्ये पाठवले जाते.
- पेढा मोल्डिंग यंत्र काही कंपन्यांनी विकसित केले आहे. यात साखर एकत्रित करून प्रति तासास ८० ते १०० किलो पेढे तयार करता येतात. त्याचे वजन ४ ग्रॅमपासून ४० ग्रॅमपर्यंत ठेवता येते.

साधी बर्फी तयार करण्याची कृती

- कढईत दूध घ्यावे, दूध गरम करत असताना सारखे हलवत राहावे. दूध आटवून अर्ध्यावर आले की त्यात ३०% साखर मिसळावी. (बर्फीसाठी खवा यंत्रामध्ये खवा तयार करून तो नंतर कढईत घेऊन खव्याच्या वजनाच्या ३०% साखर मिसळून मिश्रण मंद आचेवर एकजीव करून खवा तयार करता येतो. या पद्धतीत गाईच्या एका लीटर दुधापासून १७० ते १८० ग्रॅम, तर म्हशीच्या दुधापासून २०० ते २२० ग्रॅम खवा तयार होतो. हे गृहीत धरून साखर मिसळावी किंवा अर्धा लीटर दुधाचा खवा करून

वजनाचा अंदाज घ्यावा.)

- साखर एकजीव होण्यासाठी मिश्रण हलवत राहावे. खवा तयार झाल्यावर मिश्रण कढईचा आजूबाजूचा भाग व तळ सोडू लागेल. हे मिश्रण तुपाचा हात फिरवलेल्या बर्फी ट्रेवर पसरावे.
- या मिश्रणावर चांदीचा वर्ख, काजू व बदाम काप परतून लावावेत, थंड झाल्यावर चाकूच्या साह्याने वड्या पाडाव्यात.

डबल लेअर चॉकलेट बर्फी तयार करण्याची कृती

- वरच्या बाजूला चॉकलेट बर्फी, तर खालचा भाग साधी बर्फी, अशा प्रकारे डबल लेअर बर्फीसाठी तयार केलेल्या खव्याचे अगोदर दोन भागांत विभाजन करावे.
- समजा एक किलो खवा असेल तर एक भाग ७०० ग्रॅम, तर दुसरा भाग ३०% म्हणजे ३०० ग्रॅम खवा व त्यात ३०% साखर (२१० ग्रॅम) मिसळून मिश्रण एकजीव करावे.
- हे मिश्रण तूप लावलेल्या बर्फी ट्रेमध्ये ओतावे.
- दुसऱ्या कढईत ३०० ग्रॅम खव्यात दोन टक्के कोको पावडर मिसळावी. तसेच साखर ३०% (२१० ग्रॅम) मिसळावी. हे मिश्रण अगोदर ट्रेमध्ये अंथरलेल्या साध्या बर्फीवर पसरावे.
- या मिश्रणावरून चांदीचा वर्ख, काजू, बदाम काप लावावेत. थंड झाल्यावर चौकोनी वड्या पाडाव्यात.
- प्लेन बर्फीत म्हणजेच खव्यात वेगवेगळे शिफारशीत खाद्य रंग मिसळून विविध रंग बर्फीला देता येतात.
- पेढा तयार करतानादेखील खव्याच्या वजनानुसार ३०% साखर मिसळावी. कमी गोडवा हवा असल्यास साखरेचे प्रमाण २५ टक्क्यांपर्यंत कमी करता येईल.

व्यावसायिक पनीरनिर्मितीचे तंत्र

▲▲

म्हशीच्या दुधापासून उत्तम प्रतीचे पनीर बनते. म्हशीच्या एक लीटर दुधापासून २०० ते २२० ग्रॅम पनीर मिळते. पनीर क्लिंग किंवा ॲल्युमिनिअम फॉईलमध्ये पॅक केल्यानंतर ५ ते ७ अंश सेल्सिअस तापमानात किमान ९ ते १० दिवसांपर्यंत टिकते.

▼▼

दुग्धपदार्थ निर्मितीत मोठी मागणी असणारा खव्यानंतरचा पदार्थ म्हणजे पनीर. पनीर हे अनेक प्रकारच्या भाज्या तयार करण्यासाठी, 'स्टार्टर्स' तयार करण्यासाठी वापरले जाते. याचबरोबरीने पराठा, समोसा, अनेक भाज्यांवर किसून वापरण्यासाठीही त्याचा वापर केला जातो.

पनीर हे प्रथिने, स्निग्धांशाचे उत्तम स्रोत आहे. शिवाय लॅक्टोजचे (दुधातील साखर) प्रमाण फार कमी असल्यामुळे मधुमेहींसाठी चांगले आहे. मांसाहार न करणाऱ्यांकरिता आहारात चांगली पोषणमूल्ये मिळवण्यासाठी पनीर हा उत्तम पर्याय आहे. अशा तऱ्हेचे अनेक फायदे पटवून देऊन पनीरच्या विक्रीत आणखी वाढ करता येईल.

शंभर जणांसाठीच्या पनीर भाजीकरिता ८–१० किलो पनीर आवश्यक असते. लग्नसमारंभ व इतर कार्यक्रमांच्या जेवणावळी, हॉटेल्ससाठी व किरकोळ विक्रीकरिता पनीरला वर्षभर मागणी असते.

पनीरमधील विविध घटकांचे प्रमाण

आर्द्रता ५० ते ५५%	स्निग्धांश २१ ते २५%
प्रथिने १७ ते १९%	दुग्ध शर्करा २%

पनीर तयार करण्याचे साचे

- पनीर तयार करण्यासाठी वेगवेगळे साचे (मोल्ड) उपलब्ध आहेत. या साच्यांत ७, १४, २० किलोंचे लहान–मोठ्या चौकोनी आकाराचे ब्लॉक तयार होतात. असे ८–१० किलोंचे ब्लॉक पॅकिंग करून इच्छितस्थळी पाठवण्यास सोपे जातात.
- पनीरसाठीचे साचे स्टेनलेस स्टीलपासून बनवलेले असतात. हे साचे चौकोनी असतात.

यात वरची बाजू संपूर्ण मोकळी असते. इतर सगळ्या बाजूंवर बारीक बारीक छिद्रे असतात.

- दुधाचा साकळलेला भाग मसलीन (मलमल) कापडात गुंडाळून मोल्डमध्ये ठेवून वरच्या मोकळ्या भागावरून जाड (मोल्डच्या आतील मापाशी तंतोतंत जुळणारी) प्लेट ठेवून त्यावर वजने ठेवली जातात.
- हा दाब साधारणपणे २-३ कि./स्क्वे. सें.मी. इतका असावा. इतक्या दाबावर पनीर २० ते २५ मिनिटांपर्यंत ठेवावे. यामुळे मिळणाऱ्या पनीरची अंगबांधणी ही उत्तम व तग धरणारी असते. पनीर मऊ पृष्ठभागाचे होते. तसेच दोन बोटांत दाब दिल्यानंतर स्प्रिंगसारखे भासेल.

छोट्या उत्पादकांसाठी पनीर प्रेस

- दुसऱ्या प्रकारच्या साच्यामध्ये पहिल्यासारखाच आकार व बांधणी असते; परंतु वरून दाब देताना 'टी' आकाराचा भाग/ दांडा स्क्रूसारखा फिरवून प्लेटवर दाब दिला जातो. यामुळे प्लेटचा दाब पनीरवर येतो.
- दाबामुळे साकळलेल्या भागातील अधिकची निवळी निघून जाते व चांगल्या अंगबांधणीचे, आकाराचे पनीर मिळते; परंतु या प्रेसमध्ये ठरावीक वेळाने पुन:पुन्हा स्क्रूसारखा फिरवून घ्यावा लागतो.
- या साच्यांची किंमत ही अंदाजे १२ ते १५ हजार रुपये आहे.

न्यूमॅटिक प्रेस

- मोठ्या प्रमाणावर पनीरनिर्मितीसाठी न्यूमॅटिक प्रेस उपलब्ध आहेत. यात एका वेळेस एका तासात १५० ते २०० किलो पनीर मिळू शकेल.
- काही कंपन्यांची 'कंटिन्युअस पनीरमेकिंग मशीन' बाजारात उपलब्ध आहेत.
- न्यूमॅटिक प्रेस प्रकारात चौकोनी आकाराच्या क्षमतेनुसार पेट्या असतात.
- या पेट्यांच्या सगळ्या बाजूंवर बारीक बारीक

न्यूमॅटिक प्रेस

छिद्रे असतात. त्या चार ते पाच एकावर एक रचलेल्या असतात.

- प्रत्येक साच्यात सारख्या पेटीत दुधाचा साकळलेला भाग भरतात. वरून विजेच्या साह्याने दाब दिला जातो.
- या न्यूमॅटिक प्रेसची किंमत काही लाखांमध्ये असते.
- राष्ट्रीय डेअरी संशोधन संस्था (NDRI), कर्नाल, हरियाणा येथेदेखील 'कंटिन्युअस पनीर मेकिंग मशीन'वर संशोधन झालेले आहे.

अशी करतात पनीरनिर्मिती

- म्हशीच्या दुधापासून उत्तम अंगबांधणीचे पनीर तयार होते.
- गाईच्या दुधापासूनचे पनीर हे म्हशीच्या दुधापासूनच्या पनीरपेक्षा थोडे कमकुवत अंगबांधणीचे तयार होते.
- पनीरसाठी दूध चांगले गरम (८५ अंश सें./दहा मिनिटे) करून घ्यावे. नंतर लगेचच सायट्रिक ॲसिडचे द्रावण त्यात हळूहळू मिसळावे.
- या द्रावणासाठी थोड्या कोमट पाण्यात दोन ग्रॅम सायट्रिक ॲसिड प्रतिलीटर दुधासाठी घेऊन एकत्रित करून ठेवावे.
- हळूहळू द्रावण दुधात एकत्रित करावे. दूध फाटण्यास सुरुवात होईल. सतत दूध हलवू नये.

- भांड्यात साकळलेल्या दुधाचे गोळे व फिक्कट पिवळ्या रंगाचे पाणी तयार होईल. यालाच निवळी (व्हे) म्हणतात.
- हे मिश्रण विशिष्ट अशा मलमलच्या कापडातून गाळावे. गाळून झाल्यानंतर निवळी संपूर्ण निघून जाते. त्यानंतर उरलेल्या, साकळलेल्या दह्यासारख्या गोळ्यावर दाब द्यावा.
- वरील प्रकारच्या प्रेस किंवा मोल्डमध्ये दाब दिल्यानंतर पनीर थंड पाण्यात बुडवून दोन ते तीन तास फ्रिजमध्ये ठेवावे.
- त्यानंतर आवश्यकता असल्यास थोडे पाणी निघून जाण्यासाठी चौकोनी पनीर तसेच ठेवून द्यावे किंवा दाब द्यावा.
- या प्रक्रियेत पनीर कडक, टणक होणार नाही, याची काळजी घ्यावी.

चांगल्या पनीरसाठी

- शक्यतो म्हशीचे निर्भेळ दूध वापरावे.
- २-२.५ ग्रॅम सायट्रिक ॲसिड प्रति लीटर दुधासाठी वापरावे.
- म्हशीच्या एक लीटर दुधापासून २०० ते २२० ग्रॅम पनीर मिळते.
- गाईच्या एक लीटर दुधापासून १६० ते १८० ग्रॅम पनीर मिळते.
- पनीरची आर्द्रता ही ५० ते ५५% इतकीच असावी.
- एक किलो पनीर करताना साधारणपणे चार ते पाच लीटर निवळी मिळते.
- पनीर टिकवण्यासाठी सॉरबिक ॲसिडचा वापर कायद्यानुसार करता येतो.
- पनीर प्रेसिंगचा वेळ साच्यानुसार व प्रेशरनुसार बदलू शकतो.

पनीरनिर्मिती करताना

- सायट्रिक ॲसिडचे द्रावण दुधाचे तापमान ७५ अंश सेल्सिअस असताना मिसळल्यास उत्तम राहील.
- दूध फाटल्यानंतर साकळलेल्या दुधाचे तापमान ६५ अंश सेल्सिअसच्या खाली जाऊ देऊ नये. तापमान ६५ अंश सेल्सिअसच्या खाली गेल्यास दाब दिल्यानंतर पनीर पृष्ठभागावर भेगा दिसून येतात. अंगबांधणी कमकुवत होते.
- चांगल्या पनीरसाठी म्हशीच्या दुधात कमीतकमी ५.५% फॅट असायला हवे.
- कमी फॅटचे पनीर बनवणेही सहज शक्य आहे. कमी फॅट असलेल्या दुधापासून बनवलेल्या पनीरचा पृष्ठभाग हा थोडासा कोरडा, कठीण असा वाटतो.

पनीर जास्त काळ टिकवण्यासाठी...

- पनीरचे ब्लॉक पॅकिंग करताना अगोदर क्लिंग फिल्ममध्ये घट्ट पॅक करून नंतर इतर प्रकारच्या पॉलिथिनमध्ये पॅक करावेत.
- सर्वसाधारण तापमानास पनीर एका दिवसापेक्षा कमी काळ टिकते. यासाठी भेसळविरहित दूध, स्वच्छ भांडी, तसेच तयार करताना सर्व पायऱ्यांवर उत्तम स्वच्छता पाळल्यास पनीर चांगले टिकते.
- फ्रिजमध्ये पनीर ठेवताना ते क्लिंग फिल्ममध्ये घट्ट गुंडाळून ठेवावे. उघडे ठेवू नये. कारण फ्रिजमधल्या विना पॅकिंगच्या पनीरचा रंग दोन ते तीन दिवसांनंतर पिवळसर

होतो व पनीर टणक होते.

- पनीर पाच टक्के मिठाच्या द्रावणातदेखील बुडवून ठेवतात. मात्र अशा द्रावणात बुडवून ठेवलेले पनीर द्रावणासह ५ ते ७ अंश सेल्सिअस तापमानात ठेवायला हवे. अशा प्रकारे पनीर दोन आठवड्यांपर्यंत टिकते.
- पनीर तयार करताना तयार झालेल्या निवळीतही पनीर बुडवून ५ ते ७ अंश सेल्सिअस तापमानास टिकवण्यासाठी ठेवतात.
- पनीर मुख्यत: पृष्ठभागावरून खराब व्हायला सुरुवात होते. पनीर क्लिंग फिल्म अथवा ॲल्युमिनिअम फॉईलमध्ये पॅक केल्यानंतर ५ ते ७ अंश सेल्सिअस तापमानात टिकवण्यासाठी ठेवावे. ते ९ ते १० दिवसांपर्यंत टिकते.
- डीप फ्रिज किंवा शून्य व त्याखाली तापमानास पनीरचे ब्लॉक ठेवल्यास ते खूप कडक व न कापता येण्याजोगे होतात.
- अशा वेळेस पनीर बाहेर काढून ते काही तास मूळ तापमानापर्यंत येऊ द्यावे लागते. परंतु तरीसुद्धा वापरताना पनीरचा खूप बारीक रव्यासारखा भाग पडतो. यासाठी पनीर ५ ते ७ अंश सेल्सिअस तापमानास ठेवाव

दर्जेदार पनीर निर्मितीसाठी महत्त्वाच्या गोष्टी

- पनीर बनवण्यासाठी मुख्यत: म्हशीचे दूध वापरतात. म्हशीच्या दुधातील केसीनचे प्रमाण, कॅल्शिअम आणि फॉस्फरसचे प्रमाण, एकूण घनता (टीएस) यामुळे स्प्रिंगसारखे, घट्ट अंगबांधणीचे पनीर तयार होते. अशा दर्जाचे पनीर गाईच्या दुधापासून तयार होत नाही.
- काही खास पक्वान्न (उदाहरणार्थ, पनीर टिक्का) बनवताना पनीरचा घट्टपणा महत्त्वाचा ठरतो.
- गाईच्या दुधापासून पनीर तयार करताना त्यामध्ये ०.१% कॅल्शिअम क्लोराईड मिसळल्यास व दूध साकाळवताना तापमान ८५ अंश सेल्सिअस ठेवल्यास चांगल्या अंगबांधणीचे पनीर तयार होते.
- काही वेळेस गाईचे दूध डेअरीत स्वीकारण्यास नकार दिला जातो. अशा वेळेस त्याचे पनीर बनवता येईल. शिवाय गाई आणि म्हशीचे दूध १:१ या प्रमाणात एकत्र घेऊन (फॅट ५% ठेवून) वैशिष्ट्यपूर्ण, मऊ असे पनीर तयार होते. काही संशोधकांनी असेही नमूद केले आहे की पनीर बनवताना ३५% गाईचे दूध म्हशीच्या दुधात मिसळल्यास चांगल्या व स्वीकार्ह गुणवत्तेचे पनीर मिळते.
- एफएसएसएआयफच्या नियमानुसार पनीरमध्ये ५०% फॅट (ड्रायमॅटरनुसार)चे निकष पूर्ण होण्यासाठी पनीर बनवताना किती फॅटचे दूध घ्यावे, हा प्रश्न नेहमी उपस्थित

होतो. काही संशोधकांनी अभ्यासाअंती असे सिद्ध केले आहे की स्टँडर्डाईज दूध करून (५% फॅट) किंवा म्हशीचे दूध (६% फॅट) घेतल्यास ५०% फॅट (ड्रायमॅटर नुसार)चे निकष पूर्ण होतात. काही संशोधकांनी असेही नमूद केले आहे की ३.७% फॅट किंवा त्यापेक्षा जास्त फॅटच्या दुधापासूनचे पनीर एफएसएसएआयफच्या फॅटसाठीचे निकष पूर्ण करते.

वेगवेगळ्या फॅटच्या टक्केवारीनुसार पनीरमधल्या घटकांचे प्रमाण

दुधातील फॅट	उतारा	आर्द्रता	फॅट	प्रथिने
६.०	२२.००	५३.१०	५४.०७	१७.४८
५.५	२२.००	५५.१९	५३.११	१७.९९
५.०	२१.१६	५६.७१	५२.१६	१७.२३
४.५	२०.६०	५६.७८	४८.२८	१८.२५
३.५	१८.७८	५६.९९	४२.०८	१८.४३
३.०	१८.६०	६०.०४	३९.४०	१९.२०
१.५	१६.३०	६१.७२	२२.४६	२१.५६

- वरील तक्त्यानुसार वेगवेगळ्या फॅटच्या टक्केवारीनुसार पनीरच्या उताऱ्यावर फरक जरी आढळत असला तरी उताऱ्याची टक्केवारी ही दुधाला गरम करण्याचे तापमान, सायट्रिक ॲसिडचे प्रमाण आणि ते मिसळताना दुधाचे तापमान यावरही अवलंबून असते.
- पनीर बनवताना अगोदर दूध तापवताना जसजसे तापमान वाढवले जाते तसतसे आर्द्रता बदलते आणि उतारा वाढत जातो.

दूध तापवल्यावर (विविध तापमानास) तयार होणाऱ्या पनीरची आर्द्रता व उताऱ्यावर होणारा परिणाम

तापमान (अंश सेल्सिअस)	आर्द्रता (%)	उतारा (%)
७२	५३.९	१९.५
८०	५१.१	२०.२
८५	५१.४	२०.७
९०	५२.१	२१.३

- दूध तापवताना ३० अंश सेल्सिअस तापमानास तापवल्यावर व ते ०, ५, १०, १५ मिनिटे सदर तापमानास तापवले असता उताऱ्यावर विशेष फरक पडत नाही. मात्र आर्द्रतेस दोन ते तीन टक्क्यांनी फरक पडतो.
- ठरावीक सायट्रिक ॲसिडचे प्रमाण विविध तापमानास (दुधाच्या) मिसळल्यास आर्द्रता आणि पनीरच्या उताऱ्यावर फरक पडतो. ६० अंश सेल्सिअस तापमानास जरी जास्त उतारा मिळत असला तरी त्या पनीरचा स्वाद कमी आढळला, तसेच अंगबांधणीही मऊ, कमकुवत आढळली.
- ७० अंश सेल्सिअस तापमानास (दूध साकळवताना) मिळणाऱ्या पनीरचा रंग, चव, वास आणि अंगबांधणी उत्तम आढळते.

दूध साकळवताना विविध तापमानांचा पनीरमधील आर्द्रता व उताऱ्यावर होणारा परिणाम

दूध साकळवतानाचे तापमान (अंश सेल्सिअस)	आर्द्रता (%)	उतारा (%)
६०	५९.५	२२.८
७०	५५.१	२१.७
८०	४९.९	२०.१
९०	४८.८	२०.०

पनीरवरच्या अनेक संशोधनातील निष्कर्ष

- दूध साकळवण्यासाठी कोयागुलंट (दूध साकळवण्यासाठी वापरण्यात येणारे सायट्रिक ॲसिड, व्हिनेगर इत्यादी) किती मिसळावे, हे दुधाचा प्रकार, दुधाची गुणवत्ता, कुठल्या प्रकारचे कोयागुलंट आहे आणि साकळवण्याचे तापमान किती यावर ठरते.
- अनेक संशोधकांनी सायट्रिक ॲसिडचे प्रमाण २.३ ग्रॅम, ३ ग्रॅम तर २.१ ग्रॅम इतके सांगितलेले आहे. बाजारात साखरेसारखे दिसणारे बारीक, साबुदाण्याच्या गोळ्याच्या आकारातील सायट्रिक ॲसिड उपलब्ध आहे. महाविद्यालयांना रसायन पुरवणाऱ्यांच्या दुकानात चांगल्या गुणवत्तेचे, शुद्ध स्वरूपाचे सायट्रिक ॲसिड उपलब्ध असते; परंतु ते महाग असते.
- मोठ्या प्रमाणावर (उदाहरणार्थ, ४० ते ५० लीटर दूध) पनीर तयार करताना थोडे गाईचे दूध मिसळल्यास तयार होणाऱ्या पनीरला किंचित थोडा पिवळसर रंग येतो.

- सायट्रिक ॲसिड जुने असल्यास प्रमाण वाढवून घ्यावे लागते. उदाहरणार्थ, २ ग्रॅमच्या जागी २.५ ते ३ ग्रॅमही लागू शकेल.
- राष्ट्रीय डेअरी संशोधन संस्थेतील संशोधनानुसार पनीरचा उतारा हा दूध साकळवण्याचे तापमान वाढताना वाढत असते. संशोधनात असेही नमूद केले आहे की ०.१८% कॅल्शिअम क्लोराईड मिसळले असता (साकळवण्याअगोदर) व ८५ अंश सेल्सिअस तापमानास दूध साकळवल्यास उतारा वाढतो.
- काही संशोधनांच्या निष्कर्षानुसार म्हशीच्या दुधापासूनच्या केलेल्या पावडरपासूनच्या पनीरचा उतारा २२.१०% एवढा आढळला.
- पनीरमध्ये मूळ दुधाच्या ९०% फॅट आणि प्रथिने, ५०% खनिजे आणि १०% लॅक्टोज उतरते.
- सर्वसाधारण आम्लतेपेक्षा जास्त आम्लता असलेल्या दुधापासून पनीर बनवल्यास त्या दुधापासून १२ ते १४% उतारा मिळतो.
- पनीरची जैविक गुणवत्ता (प्रथिने शरीरात शोषून घेऊन शरीरातील विविध क्रियांसाठी उपलब्ध करणे) ही ८१.८८ ते ८६.५६ आहे. जी मांस, सोयाबीन, मासे इत्यादींपेक्षा खूप जास्त आहे.
- पनीरची टिकवण क्षमता कमी आहे. पनीरमध्ये सूक्ष्म जीवजंतू, यीस्ट आणि मोल्ड हे हवा, पाणी, पनीरनिर्मिती यंत्र, चाकू, कापड आणि काम करणारे व्यक्ती यांच्यामार्फत येतात.

पनीर बनवण्याच्या विविध पद्धती

- गाईच्या दुधात १०%पर्यंत नारळाचे दूध वापरूनही पनीर बनवता येते.
- फॅट काढलेल्या दुधाचा वापर करून त्यात शेंगदाणा तेल मिसळून, घरच्या मिक्सरचा वापर करून (४० अंश सेल्सिअस, ५ मिनिटे) पनीर बनवण्यास संशोधकांना यश आले आहे.
- शेंगदाण्याच्या दुधात ५०% फॅटरहित दूध मिसळून तयार झालेल्या पनीरमध्ये ४२.५% घनता, १५% फॅट, २३% प्रथिने, २.७% कार्बोहाइड्रेट्स आणि १.६% खनिजे आढळतात. या प्रकारच्या पनीरचा उतारा हा १७% एवढा मिळतो.
- काही संशोधकांनी ८०% गाईचे दूध आणि २०% शेंगदाणा दूध घेऊन ८० ते ८५ अंश सेल्सिअस तापमानास पाच मिनिटे गरम करून तापमान ७० ते ७५ अंश सेल्सिअसपर्यंत खाली आणून कॅल्शिअम सल्फेटचे द्रावण (०.२%) वापरून दूध साकळवले असता चांगले पनीर बनते असे नमूद केले आहे. अर्थात साकळवलेल्या

भागाला दाब देऊन (१५–२० मिनिटे) ते पनीर ४ ते ६ अंश सेल्सिअस तापमानाला २ ते ३ तास थंड पाण्यात ठेवावे. यामुळे पनीर थोडे कठीण होते.

- नेहमीच्या खिरीमध्ये गाईच्या दुधापासून बनवलेले पनीर (आर्द्रता ७०%, फॅट १४%) १०%पर्यंत मिसळून पनीर मिक्स खीर बनवता येते. यात साखरेचे प्रमाण ८% तर दूध आणि तांदळाचे प्रमाण २०:१ घ्यावे.
- सोया दूध म्हशीच्या दुधात २०% इतके मिसळल्यास पनीरला चांगली अंगबांधणी मिळते. या प्रकारच्या पनीरमध्ये प्रथिनांचे प्रमाण जास्त आढळते.
- तांदळाचा भुसा (०.४%), गव्हाचा भुसा (०.५%) आणि ओट फायबर (०.४%) दुधात मिसळून ६५ अंश सेल्सिअस तापमानाला साकळवले असता फायबरयुक्त पनीर बनवता येईल. यात फॅट रिपलेसर म्हणून १% माल्टोडेक्स्ट्रीनचा वापर करता येईल.

पनीर, खवा टिकवण्याची तंत्रे

▲▲

पनीर व छन्ना उत्तमरीत्या टिकवण्यासाठी शिफारशीत टिकवण क्षमता वाढवणाऱ्या घटकांचा वापर करावा. योग्य पद्धतीने पॅकेजिंग करावे. खवा तयार करताना स्वच्छतेकडे लक्ष द्यावे. सुधारित तंत्रज्ञानाचा अवलंब करावा.

▼▼

पनीर व छन्ना हे पदार्थ लवकर खराब होणारे आहेत. सामान्य तापमानाला (२५ ते ३० अंश सेल्सिअस) पनीर व छन्ना जास्तीतजास्त एक दिवस टिकू शकतात. छन्ना हा पदार्थ कित्येक मिठायांसाठी मुख्य कच्चा माल म्हणून वापरला जातो. अनेक प्रकारे पनीर विविध प्रकारच्या भाज्यांमध्ये वापरले जाते. यासाठी हे दोन्ही पदार्थ चांगल्याप्रकारे टिकवणे हेही अत्यंत महत्त्वाचे आहे.

पनीर व छन्ना टिकवण्यासाठी...

- पनीर व छन्ना उत्तमरीत्या टिकवण्यासाठी शिफारशीत टिकवण क्षमता वाढवणारा घटक (प्रिझर्वेटिव) आणि पॅकेजिंगचा उपयोग करावा.
- पनीर टिकवण्यासाठी प्रिझर्वेटिव म्हणून सॉरबिक ॲसिड व नायसीन वापरता येते.
- पदार्थातील टिकवण क्षमता वाढवणाऱ्या घटकाचे प्रमाण हे दिलेल्या किंवा नमूद केलेल्या प्रमाणापेक्षा जास्त असायला नको.
- सॉरबिक ॲसिड कोमट पाण्यात विरघळवून थेट दुधात वापरले तरी चालू शकते. काही ठिकाणी सॉरबिक ॲसिडच्या द्रावणातून पनीर बुडवून ठेवले जाते. त्यानंतर पॅकिंग केले जाते.
- सॉरबिक ॲसिड (दुधाच्या ०.१%) वापरल्यामुळे व पीव्हीसी क्लिंग फिल्ममध्ये घट्ट पॅक केल्यामुळे पनीर जवळपास सात अंश सेल्सिअस तापमानास एक महिना टिकू शकते.
- कुठलेही प्रिझर्वेटिव न टाकलेले पनीर चार अंश सेल्सिअस तापमानाला ठेवल्यास साधारणपणे सहा ते सात दिवस टिकते. मात्र दर्शनी भाग थोडा ओलसर व कठीण बनतो.
- पनीर ५% मिठाच्या द्रावणात बुडवून ठेवल्यास चार अंश सेल्सिअस तापमानाला

साधारणपणे २० ते २२ दिवस टिकते; पण पनीर लांबच्या बाजारपेठेत पाठवायचे असल्यास ही पद्धत तितकीशी सयुक्तिक नाही.

- पनीर टिन कॅनमध्ये भरून ते कॅन १२० से. एम.एल. स्टर्लाइज्ड करून घेतले तर पनीर दोन महिन्यांपर्यंत टिन कॅनमध्ये २७ अंश सेल्सिअस तापमानाला उत्तम राहते. फक्त स्टर्लाइज्ड केल्यामुळे पनीरला थोडा तपकिरी रंग येतो. पनीर निर्यात करण्यासाठी हीच पद्धत वापरतात.
- पनीर हा मुख्यत: पृष्ठभागावरून खराब होणारा पदार्थ आहे. यासाठी वापरात येणारे पॅकेजिंग हे पनीरच्या पृष्ठभागाशी घट्ट पॅक केलेले असावे. पॅकेज व पनीरमध्ये हवा राहता कामा नये.
- छन्ना पारंपरिक पद्धतीत केळीच्या पानात बांबू बास्केटमध्ये पॅक केला जायचा. काही ठिकाणी पॅकिंगसाठी व्हेजिटेबल पार्चमेंट पेपरही वापरतात.
- टिन कॅनमध्ये किंवा सेल्युलोज फिल्म/एलडीपीईमध्ये छन्ना पॅक केल्यास तो ३७ अंश सेल्सिअस तापमानास तीन दिवस टिकतो. याच पॅकिंगमध्ये मात्र कमी तापमानाला (रेफ्रिजरेटरमध्ये ४ ते ५ अंश से. तापमान) पॅक केल्यास तो २० दिवस टिकतो.

पनीर, छन्ना बनवतेवेळी घ्यावयाची विशेष काळजी

- पनीर, छन्ना बनवण्यासाठी वापरात येणारी भांडी ही स्वच्छ असावीत.
- दूध ८० ते८२ अंश सेल्सिअस तापमानाला पाच मिनिटे चांगले उकळून घ्यावे.
- पनीरमधली निवळी काढून टाकण्यासाठी वापरात येणारे मलमलचे कापड गरम पाण्यातून काढावे.
- दूध फाटण्यासाठी वापरात येणारे सायट्रिक ॲसिड स्वच्छ असावे, त्यात कुठल्याही प्रकारची घाण नसावी.
- पनीर ज्या पाण्यात बुडवून ठेवतात ते पाणी अगोदर उकळून चांगले थंड केलेले असावे.
- काही ठिकाणी अद्ययावत व्हॅक्युम मशीनचा वापर करून मल्टिलोअर पॅकेजमध्ये पॅकिंग करून व्हॅक्युम मशीनमधून ते पॅकेज घट्ट करून चिकटवून घेतात.
- स्थानिक विक्रेत्याकडे बहुधा पनीर पाच टक्के मिठाच्या द्रावणात किंवा निवळीमध्ये बुडवून ठेवतात.

खवा टिकवण्यासाठी पॅकिंग

- सर्वसाधारण तापमानाला खवा काही दिवसच टिकतो. पिंडी खवा सर्वसाधारण तापमानाला (३०अंश सेल्सिअस) चार ते पाच दिवस, तर दाणेदार, धाप खवा तीन दिवसांपर्यंत टिकतो.
- खवा टिकवण्यासाठी कुठलाही टिकवण क्षमता वाढवणारा घटक (प्रिझर्वेटिव्ह) वापरण्यास मनाई आहे. यासाठी खवा तयार करताना स्वच्छतेकडे लक्ष द्यावे. पॅकिंगही चांगले करावे. जेणेकरून खवा टिकवण्याच्या क्षमतेत वाढ होईल.
- पॉलिथिन बॅगमध्ये खवा पॅक करून ३७ अंश सेल्सिअस तापमानाला साठवल्यास चार ते पाच दिवस चांगल्या स्थितीत राहतो, असे निष्कर्ष काही अभ्यासकांनी नोंदवले आहेत.
- पॉलिथिनमध्येच सात अंश सेल्सिअस तापमानास ठेवल्यास २३ ते २५ दिवसांपर्यंत टिकू शकतो.
- बाजारात सहज उपलब्ध असणाऱ्या ॲल्युमिनिअम फॉइलमध्ये खवा पॅक करून तो १३ अंश सेल्सिअस तापमानास साठवला तर १४ दिवसांपर्यंत टिकतो.
- खव्यावर काही वेळा यीस्ट व मोल्ड (बुरशी) वाढतात. हे लक्षात घेता खवा पॅकिंग करताना वापरले जाणारे पॅकिंग साहित्य स्वच्छ असावे. पॅकिंगमध्ये पॅकेज व खवा यामध्ये हवा राहू नये याची काळजी घ्यावी.
- खवा जेव्हा खवा मशीनमधून बाहेर येतो, तेव्हा त्याचे तापमान ९८ अंश सेल्सिअस असते. यावेळेस खवा जवळजवळ निर्जंतुक स्थितीत असतो.
- चार थरांच्या (लॅमिनेट्स) पॅकेजिंगमध्ये खवा ३० अंश सेल्सिअस तापमानास १३ दिवस टिकू शकतो किंवा अशा पॅकेजिंग कोल्ड स्टोरेजमध्ये ७५ दिवस टिकेल.
- आपल्याकडे काही भागात खवा हा हिरवी मोठी पाने, कागद, बांबू बास्केट यात बांधला जातो. मोठ्या प्रमाणातील खवा हा पॉलिथिनमध्ये बांधून त्यावर गोणपाट बांधले जाते. यामुळे उच्च तापमानापासून पदार्थाचे संरक्षण होत नाही. सूक्ष्मजीवांची वाढ लवकर होते. शिवाय खव्याची आर्द्रता कमी होत असल्याने तो कठीण बनतो. अशा खव्यास बाजारपेठेत दरही कमी मिळतो.

छन्न्यापासूनच्या विविध मिठाया

▲▲

छन्न्यापासून रसगुल्ला, रसमलाई, राजभोग, चमचम, छन्ना मुरकी, खीर मोहन, संदेश, छन्ना टेबल स्प्रेड, छन्ना पोडो या प्रकारच्या मिठाया तयार केल्या जातात. हे सर्व पदार्थ तयार करणे सोपे आहे. हे पदार्थ तयार करण्यासाठी चांगल्या गुणवत्तेच्या दुधाची आवश्यकता आहे.

▼▼

लग्नसमारंभांतील जेवण, हॉटेलांमध्ये छन्न्यापासूनच्या तयार होणाऱ्या मिठाईला ग्राहकांकडून चांगली पसंती आहे. अनेक प्रकारच्या बंगाली मिठायांमध्ये मुख्य कच्चा माल म्हणून छन्ना. वापरला जातो. छन्न्यापासून रसगुल्ला, रसमलाई, राजभोग, चमचम, छन्ना मुरकी, खीर मोहन, संदेश, छन्ना टेबल स्प्रेड, छन्ना पोडो या प्रकारच्या मिठाया तयार केल्या जातात. हे सर्व पदार्थ तयार करणे सोपे आहे. या मिठाईनिर्मितीसाठी लहान स्तरावरील उत्पादनासाठी यंत्रांची आवश्यकता भासतेच असे नाही. स्टेनलेस स्टीलची भांडी पुरेशी आहेत. फक्त गरज आहे ती तंत्रज्ञान समजून घेण्याची आणि सरावाने बनवलेला छन्ना योग्य ग्राहकांपर्यंत पोहोचवण्याची.

मूळ दुधात असणाऱ्या विविध घटकांपैकी ९०% फॅट, ५०% प्रथिने, व १०% साखर छन्न्यात उतरते.

दुग्ध संशोधन संस्था, हरियाणा, कर्नाल येथे प्रोटोटाइप कंटिन्युअस छन्ना तयार करण्याचे यंत्र विकसित केले आहे.

छन्ना तयार करताना...

- छन्न्यासाठी मुख्यत: गाईचे दूध वापरावे.
- सर्व बंगाली मिठाईची अंगबांधणी ही मऊ, नरम, स्पंजसारखी अशी असते. अशी अंगबांधणी गाईच्या दुधापासूनच मिळते.
- म्हशीचे दूध वापरल्यास अंगबांधणी थोडीशी कठीण होते. यामुळे अति दूध उत्पादनाच्या काळात मागणी अत्यंत कमी असलेल्या गाईच्या दुधापासून मिठाई बनवल्यास चांगला नफा मिळवता येईल.

छन्ना कसा तयार कराल?

- १० ते १५ मिनिटे दूध गरम करावे (८५ अंश सेल्सिअस, ९० अंश सेल्सिअस)
- प्रति लीटर दुधात दोन ग्रॅम सायट्रिक ॲसिड घेऊन ते अगदी थोड्या गरम पाण्यात (५० ते १०० मिलि) एकत्रित करून वापरावे.
- सायट्रिक ॲसिड द्रावण गरम दुधात (८५ अंश सेल्सिअस) टाकल्यानंतर एकत्रित करावे.
- हळूहळू दूध फाटण्यास सुरुवात होऊन फिक्कट हिरवट, पिवळसर पाण्यासारखा भाग व साकळलेल्या गोळ्यांचा एक भाग तयार होण्यास सुरुवात होईल. अशा वेळेस दूध जास्त वेळ ढवळू नये. दूध चांगल्या रीतीने साकळण्यासाठी काही मिनिटे अवधी द्यावा.
- साकळलेला भाग मलमलच्या कापडात गुंडाळून अतिरिक्त निवळी काढून टाकावी.
- मलमलच्या कापडात शिल्लक राहिलेला भाग म्हणजे छन्ना होय.
- दुधात फॅट कमी असल्यास छन्ना थोडासा कठीण असा वाटतो. दुधात स्टार्चची भेसळ केली असल्यास छन्ना काहीसा चिकट बनतो.

छन्यात असणाऱ्या विविध घटकांचे प्रमाण

	आर्द्रता	फॅट	प्रथिने	साखर	अंश
गाईचे दूध	५५.७	२३.५	१६.४	२.२	२.०
म्हशीचे दूध	५४.१	२४.३	१७.३	२.१	२.२

छन्ना वापरून केल्या जाणारी विविध मिष्टान्ने

चमचम

- प. बंगाल आणि इतर जवळच्या राज्यात प्रसिद्ध असलेला हा पदार्थ भारतभर लोकप्रिय होत आहे.
- छन्ना तयार झाल्यानंतर तो व्यवस्थित मळून घ्यावा. त्याला लंबवर्तुळाकार आकार द्यावा.
- हे लंबवर्तुळाकार गोळे ५०% साखरेच्या पाकात १५ ते २० मिनिटे उकळून घ्यावे. नंतर गोळे पाकात काही तास मुरू द्यावेत. गोळे बाहेर काढून त्यावर खवा बारीक किसून टाकावा.
- त्यावर किसलेल्या नारळाचादेखील उपयोग करतात. गोळ्यांवर मध्यभागी वेगवेगळ्या रंगाचे गुलकंद ठेवावा.

छन्ना मुरकी

- उत्तर पूर्व भारतात लग्नसमारंभात जेवणावळीत हा पदार्थ असतो.
- छन्ना मुरकी पदार्थांसाठी शक्यतो म्हशीचे दूध वापरतात.
- या पदार्थांसाठी २५० ग्रॅम छन्ना, १२५ ग्रॅम साखर, ४५ ग्रॅम पाणी आणि शिफारशीत गुणवत्तेचा सुगंध आवश्यक असतो.
- छन्न्याचे १० मि.मी. आकाराचे लहान चप्पट गोळे बनवतात. तीन तारी पाकात गोळे पाच मिनिटे उकळून घेतात. नंतर गॅस बंद करून करून सतत ढवळून घ्यावे लागते. जेणेकरून छन्न्याच्या गोळ्यांना साखरेचे आवरण चढेल.
- गोळे पाकातून काढून त्यावर सुगंध टाकून काजू, बदाम कापाने सजवावे.

अंगूर रबडी

- अंगूर रबडी आणि रसमलाईला लग्नसमारंभात वाढती मागणी आहे.
- हे पदार्थ तयार करण्याअगोदर साधी बासुंदी बनवून घ्यावी लागेल. एक लीटर दूध असेल तर ते ३५ ते ४० टक्क्यांपर्यंत आटवावे. त्यात १७% (६० ते ६८ ग्रॅम) साखर टाकावी.
- किंचित पिवळसर रंग येण्यासाठी रंगाचा वापर केल्यास अंगूर रबडी छान दिसेल. यानंतर छन्ना तयार करून घ्यावा.
- एका लीटर दुधापासून साधारणपणे १७० ग्रॅम छन्ना तयार होईल. छन्ना चांगला मळून

घेऊन २.५ ते ३ ग्रॅमचे लहान लहान गोळे बनवावेत. हे गोळे ५०% साखरेच्या उकळत्या पाकात सोडावेत. भांड्यावर झाकण ठेवून १० ते १५ मिनिटे उकळावेत. गॅस बंद करून २ ते ३ तास गोळे पाकातच मुरू द्यावेत. नंतर नुसते गोळे काढून तयार केलेल्या बासुंदीत टाकावे.

संदेश

- कोलकत्यामधील हा प्रसिद्ध खाद्य पदार्थ आहे. शुभ प्रसंगी, शुभ वार्ता सांगताना जसे पेढे देण्याची पद्धत आहे तसेच बंगालमध्ये संदेश वाटण्याची प्रथा आहे.
- ही मिठाई बनवण्यास खूप सोपी आहे. यासाठी तयार झालेला छन्ना दोन भागांत अर्धा अर्धा करून घ्यावा. अर्धा छन्ना कुस्करून पेस्ट करावी. त्यात छन्न्याच्या वजनानुसार ७५% साखर (म्हणजे १०० ग्रॅम छन्न्यास ७५ ग्रॅम साखर) मिसळावी. हे मिश्रण मंद आचेवर गरम करावे.
- नंतर उरलेला अर्धा छन्ना त्यात एकत्रित करून पुन्हा तापमान ७५ अंश सेल्सिअस तापमानास १२ ते १५ मिनिटे गरम करावे. नंतर पुन्हा तापमान ७५ अंश सेल्सिअसपर्यंत आणावे.
- त्यानंतर मिश्रण ५० अंश सेल्सिअस तापमानास काढून वेगवेगळ्या आकाराचे संदेश बनवावेत.
- तयार केलेला पदार्थ फ्रिजमध्ये ठेवावा.

रसमलाई

- उत्तर व पूर्व भारतात प्रसिद्ध असलेला हा पदार्थ आता संपूर्ण देशाचा झाला आहे. जवळपास अंगूर रबडीसारखाच हा पदार्थ आहे.
- बासुंदीत गोलाकार, चप्पट प्रकारचा रसगुल्ला टाकून रसमलाई तयार करतात.
- एका लीटर गाईच्या दुधापासून छन्ना तयार केल्यास चप्पट गोलाकार आकाराचे १५ ते १८ रसगुल्ले (पॅट) साधारणपणे मिळतील. प्रत्येक गोलाकार पॅट हा १० ते १२ ग्रॅमचा असायला हवा. या गोलाकार पॅटचा व्यास हा २.५ ते ३ सें.मी. असावा.
- हे पॅट तयार झाल्यानंतर ५० ते ६०% पाकात दोन तास बुडवून ठेवावेत. त्यानंतर ते काढून पॅट बासुंदीत बुडवावेत.

खीर मोहन

- छन्ना मळून घेऊन त्यात १.४% गव्हाचे पीठ टाकून कणकेसारखे मळून घ्यावे.
- लहान आकाराचे गोळे बनवून पुन्हा चपटे गोलाकार केले जातात. नंतर उकळून घेऊन गोळे घट्ट दुधात बुडवून ठेवतात. नंतर गोळे काही वेळानंतर काढून त्यावर बारीक खव्याचे आवरण देतात.

रसगुल्ला

- छन्ना २०० ग्रॅम, मैदा सात-आठ ग्रॅम, साखर २५० ग्रॅम, पाणी व वेलची दाणे ही सामग्री घ्यावी.
- तयार केलेला छन्ना चांगला कुस्करून घ्यावा आणि त्यात मैदा एकत्र करावा.
- छन्नाचे छोटे छोटे गोळे दोन्ही तळहाताचा उपयोग करून करावेत.
- गोळे १५ मिमी व्यासाचे, आठ-दहा ग्रॅमचे असावेत.
- एक तारी पाकामध्ये छोटे छोटे गोळे सोडून द्यावे.
- मंद आचेवरती गरम पाकात गोळे साधारणपणे पंधरा वीस मिनिटे उकळून घ्यावे.
- जेव्हा छोटे गोळे मोठे होतील तेव्हा उकळणे थांबवावे. रात्रभर गोळे पाकात मुरू द्यावेत.
- साखरेचा पाक जवळपास पाण्यासारखा शुद्ध दिसण्यासाठी उकळताना साखर पाण्यात विरघळल्यावर दोन चमचे दूध टाकावे. पाकातील घाण वर येते. ती काढून घ्यावी.

दर्जेदार दही, श्रीखंडाची निर्मिती

▲▲

लस्सी, ताक, श्रीखंडनिर्मितीसाठी, दही तयार करण्यासाठी वेगवेगळे विरजण उपलब्ध आहे. विविध सामग्री चक्क्यात उत्तमरीत्या एकजीव करण्याचे काम श्रीखंड यंत्र करते. पन्नास, शंभर आणि दोनशे किलो श्रीखंड एका तासात तयार करणारे श्रीखंड यंत्र, प्लॅनेटरी मिक्सर बाजारात उपलब्ध आहेत.

▼▼

दही आणि दह्यापासूनच्या पदार्थांना आहारात चांगले महत्त्व आहे. त्यांचे औषधी गुणधर्म सगळ्यांना माहिती आहेत. दह्यात अनेक चांगल्या प्रकारचे जिवाणू असतात. आवश्यक नसलेल्या जिवाणूंच्या जाती, उपजातीच्या वाढीमुळे बऱ्याच वेळा दह्याची आम्लता वाढणे, दही घट्ट न होणे, खूप पाणी सुटणे, खूप आंबट होणे अशा गोष्टी दिसून येतात. यास अनेक कारणे आहेत. तसेच ऋतुमानानुसार बदलत्या तापमानानुसार दुधाचे दही होण्यासाठी लागणारा वेळ, यांतदेखील खूप फरक पडतो. याचा परिणाम दह्याच्या गुणवत्तेवर होत असतो.

डीव्हिएस विरजण

वर्षभर कोणत्याही ऋतूत चांगले (घट्ट, कमी पाणी सुटलेले) आणि एका ठरावीक आम्लतेचे दही (०.७ ते ०.५ टक्के) मिळण्यासाठी काही कंपन्यांनी विशिष्ट जातींची विरजणे पावडर स्वरूपात उपलब्ध करून दिली आहेत. विविध दुग्ध पदार्थांसाठी (लस्सी, ताक, श्रीखंड) वेगवेगळ्या जातींचे विरजण उपलब्ध आहे. आपण दैनंदिन वापरात आदल्या दिवसाचे विरजण वापरतो. हे विरजण जर चांगल्या गुणवत्तेचे नसले तर चांगले दही तयार होत नाही.

दह्यापासून तयार होणारे पदार्थ

श्रीखंड	रायता	दहीभात
कढी	दहीवडे	लोणी
लस्सी	ताक	मठ्ठा

तयार करा चांगल्या गुणवत्तेचे दही

- छोट्या दोन आगपेटीच्या काडीएवढी जाडी व तेवढीच लांबी असलेल्या काचेच्या छोट्या नळीत विशिष्ट एका जातीचे जिवाणू पावडर (एक ग्रॅम) स्वरूपात असतात.
- दुधाला चांगली उकळी दिल्यानंतर २५ ते ३० अंश सेल्सिअस तापमानापर्यंत थंड करून त्यात एक ग्रॅम पावडर मिसळून मिश्रण एकजीव करावे, एक ग्रॅम पावडर ५० ते ६० लीटर दुधासाठी वापरू शकतो.
- ज्या जातीचे (जिवाणू) विरजण आहे त्या-त्या जातीला दही लागण्यासाठी विशिष्ट तापमानाची आवश्यकता असते. एक ग्रॅमच्या विरजण पावडरच्या पॅकेटवर ते तापमान दिलेले असते. त्या ठरावीक तापमानास ठरावीक वेळेपर्यंत विरजण एकत्र केलेले दूध ठेवल्यास उत्तम गुणवत्तेचे दही मिळते. अशा प्रकारे साधारण पाच ते आठ तासांत दही तयार होईल.
- ठरावीक तापमानाला विरजण लावलेले दूध ठेवण्यासाठी तशा प्रकारची कपाटे (बीओडी इन्क्यूबेटर) मिळतात. या यंत्रात आपण हवे असलेले तापमान (साधारणपणे ४० ते ४२ अंश सेल्सिअस) नियंत्रित ठेवू शकतो. मोठ्या डेअरीमध्ये या कपाटांऐवजी संपूर्ण एका खोलीचेच तापमान नियंत्रित स्थितीत असते.
- ठरावीक वेळेनंतर तयार झालेले, लागलेले दही लगेचच पाच अंश सेल्सिअस तापमानास ठेवणे आवश्यक असते.

दहीभात (कर्ड राइस)

पश्चिम भारतात अत्यंत प्रसिद्ध व दिवसातील दोन जेवणांत एका वेळेस तरी खाल्ला जाणारा पदार्थ म्हणजे दहीभात होय. पश्चिम भारतातील अनेक भागांत घरी घेतलेल्या दुधापैकी १६ ते ३०% दुधाचे दही बनवून ते दही दहीभातासाठी वापरतात. कर्ड राइसमध्ये भात, दूध, मीठ, हिरवी मिरची, कढीपत्ता, आले यांचा प्रामुख्याने उपयोग करतात.

१०० किलो दहीभातासाठी लागणारी सामग्री : भात ९.३०%, पाणी ४९.००%, दूध ४०%, मीठ १%, हिरवी मिरची ०.३०%, कढीपत्ता ०.३०%, आले ०.१२%.

वरील सामग्रीव्यतिरिक्त काकडीचे तुकडे, डाळिंबाचे दाणे, द्राक्ष इत्यादींचाही वापर होतो. बाजारात असलेला कर्ड राइस हा चवीस किंचितसा खारट, कमी आंबट ते जास्त आंबट असा असतो.

कर्ड राइसमधील घटक : आर्द्रता ८४.९६%, प्रथिने १.९०%, फॅट २.१९%, राख (ॲश) १.०३%, कार्बोहाइड्रेट ९.९२%, एकूण घनता १२.०४%, आम्लता ०.४८–०.५४%

स्वादिष्ट दहीभात

- दहीभात बनवण्यासाठी एक भाग तांदूळ आणि पाच भाग पाणी घेऊन कुकरमध्ये भात तयार करावा.
- याबरोबर वेगळ्या भांड्यात दूध घेऊन ५ मिनिटे उकळून ३० ते ३५ अंश सेल्सिअस तापमानापर्यंत थंड करावे,
- तयार झालेला भातही ३० ते ३५ अंश सेल्सिअस तापमानापर्यंत थंड करून घ्यावा.
- भात दुधात एकत्रित करून त्यात १% विरजण मिसळावे, विरजण लावलेला दहीभात ३० ते ३७ अंश सेल्सिअस तापमानास १४ ते १६ तास ठेवावा.
- पृष्ठभागावर कोथिंबीर, डाळिंबाचे दाणे अथवा गुलकंद टाकून सजावट करता येईल.

श्रीखंड बनवण्यासाठी यंत्र

श्रीखंड हा आपला पारंपरिक पदार्थ आहे. हा पदार्थ महाराष्ट्र, गुजरात तसेच कर्नाटक, मध्य प्रदेशच्या व राजस्थानच्या काही भागांत प्रसिद्ध आहे. संपूर्ण देशात सर्वज्ञात आहेच; पण इतर काही देशांत अनिवासी भारतीयांच्या चवीसही उतरतोय. सणासुदीला श्रीखंडाची मागणी वाढते. अशा वेळेस पदार्थाची गुणवत्ता उत्तम राखून आपल्याच भागातील बाजारपेठ मिळवता येईल. आजही बरेचसे हलवाई, मिठाईवाले श्रीखंड तयार करताना उपलब्ध यंत्रसामग्रीचा वापर करत नाहीत. यामुळे श्रीखंडात गुठळ्या असणे, घट्ट, लवचीक, सहज न वाळणारे, मऊ नसणारे, बारीक दाण्यासारखा काही भाग असणारे अशा प्रकारचे दोष आढळतात. याचा परिणाम गुणवत्तेवरही होतो.

श्रीखंडासाठी दह्याला लागणारे विरजण, हा जरी महत्त्वाचा भाग असला, तरी श्रीखंड मशीन/प्लॅनेटरी मिक्सरने वरीलपैकी बरेचसे दोष काढून टाकता येतील व श्रीखंडाचा पोत सुधारण्यास मदत होईल; पण मुळात दही चांगले हवे, हाही भाग महत्त्वाचा. श्रीखंडासाठी चक्का तयार झाल्यानंतर त्यात साखर, वेलचीपूड, फळांचे रस किंवा सुगंध, रंग यांचा वापर करून ते चमचाच्या साह्याने मिक्स केले जाते. ही सामग्री चक्क्यात उत्तमरीत्या मिक्स करण्याचे काम श्रीखंड मशीन करते. यामध्ये १०० किलो श्रीखंड एका तासात तयार होऊ शकते. एका वेळेस पाच ते सात किलो श्रीखंड (चक्का + साखर) पाच ते दहा मिनिटांत चांगले मिक्स केले जाते.

दर्जेदार श्रीखंडासाठी चांगला चक्का आवश्यक

- चक्क्यासाठी दह्याची आम्लता ०.७० ते ०.८०% इतकी असावी.
- १०० किलो दुधापासून ६५ किलो चक्का मिळतो (हे प्रमाण दुधात असलेल्या घटकांनुसार कमी-जास्त होऊ शकते).
- शक्यतो पिठी साखर वापरावी.
- साखरेचे प्रमाण हे ४० ते १०० टक्क्यांनुसार बदलते.
- एक किलो चक्क्यापासून दीड ते दोन किलो श्रीखंड तयार होईल. बाजारात सध्या Direct Vat Set Culture (DVS) (पावडर स्वरूपातील विरजण) उपलब्ध आहेत. ती वापरून बघण्यास हरकत नाही. यामुळे घट्ट नसलेले, पाणी सुटलेले, जास्त आंबट दही यावर नियंत्रण ठेवता येईल.

श्रीखंड मशीन

क्षमता : १०० किलो प्रति तास

वजन : ९५ किलो

आकारमान : रुंदी ६.५ इंच,

लांबी १९.०९ इंच, उंची ४७.०४ इंच

या मशीनमध्ये स्टीलच्या गोलाकार भांड्यात तीन पाती असतात. ती भांड्याला जवळपास चिकटून असलेली असल्यामुळे चक्का, साखर चांगली मिक्स होऊन चांगले मऊ श्रीखंड मिळते.

प्लॅनेटरी मिक्सर

श्रीखंड यंत्राचे कार्य

- प्लॅनेटरी मिक्सरमध्ये क्षमतेनुसार गोलाकार भांडे असते. त्यात मिश्रण एकजीव करण्यासाठी अर्ध गोलाकार छोटे छोटे स्टेनलेस स्टीलचे रॉड असतात. या छोट्या रॉडमध्ये अंतर असते. सदर रॉडचा गोलाकार भाग संपूर्ण भांड्यात गोलाकार फिरतो.
- लहान मॉडेलमध्ये भांड्याची क्षमता १३ ते १५ किलो एवढी असते. या यंत्रामध्ये दोन गिअर असतात. चक्का व साखरेचे मिश्रण एकत्र करण्यासाठी अगोदर दुसऱ्या गिअरचा वापर करतात. साधारणपणे पाच मिनिटे मिश्रण दुसऱ्या गिअरवर फिरवून घेऊन नंतरच्या आठ-दहा मिनिटांसाठी पहिल्या गिअरचा वापर करतात.
- अशा प्रकारे एका तासात अंदाजे ५० किलो श्रीखंड लहान मॉडेलमध्ये तयार होईल.

या प्लॅनेटरी मिक्सरमध्ये एक एच.पी.ची मोटर असते. एका तासासाठी अंदाजे तीन ते चार रुपये विजेचा खर्च येतो.

- यातील गोलाकार भांडे सहज काढता येण्यासारखे आहे. हा मिक्सर वापरण्यास सोपा आहे.
- श्रीखंड तयार करण्याव्यतिरिक्त बासुंदी मऊ करण्यासाठी, खव्यात साखर एकजीव करण्यासाठीही या मिक्सरचा उपयोग होतो.

श्रीखंडाचे मूल्यवर्धन

- प्रख्यात हॉटेलिअर विठ्ठल कामतांचे म्हणणे आहे, की एखादा धंदा दुसऱ्याने सुरू करून खूप नफा मिळवला म्हणून मीही तसेच करून पैसा मिळवेन, ही गोष्ट फार काळ चालत नाही. यात महत्त्वाचे आहे तीच गोष्ट वेगळेपणाने कशी करता, कशी मांडता ही!
- श्रीखंडाच्या मूल्यवर्धनासाठी १५% स्ट्रॉबेरी पल्प (चक्क्याच्या वजनानुसार) मिक्स करून, त्यात ४०% साखर चक्क्याच्या वजनानुसार वापरून 'स्ट्रॉबेरी श्रीखंड' बनवता येईल.
- आंबा (२०%), सफरचंद (१०%) वापरल्यास नवीन स्वादाचं श्रीखंड ग्राहकांना देता येईल. अशाच प्रकारे सुगंध, विविध फळे, सुकामेवा यांचा वापर करता येईल.
- अत्यंत गुणकारी अशी अश्वगंधाची पावडर (०.५%) चक्क्यात मिसळून, ४०% साखर वापरून अश्वगंधापासूनचे श्रीखंड बनवता येईल.
- चक्क्यात १५% चिकूचा गर, ४०% साखर वापरून चिकूचे श्रीखंड तयार होईल.
- पपया श्रीखंडासाठी पपईची साल काढून लहान तुकडे करून एक मिनिटे गरम करून मिक्सरमधून काढावेत. तयार झालेला गर ३०% (चक्क्याच्या) एवढा मिसळावा. यात ३५% एवढी साखर मिसळावी.
- दुधात विरजण टाकण्याअगोदर दुधाच्या ५% मध टाकून नंतर विरजण टाकल्यास मधयुक्त दहीदेखील बनवता येईल.

श्रीखंडासाठी पारंपरिक पद्धत

म्हशीचे / गाईचे किंवा मिक्स्ड दूध
↓
फॅट व एस.एन.एफ. प्रमाणित करणे
↓
दूध गरम करणे (९० अंश से. १५ मिनिटे)
↓
थंड करणे (३० ते ३५ अंश से.)
↓
विरजण लावणे (०.५ ते २.०%)
↓
(एक लीटर दुधास ५ ते २० ग्रॅम विरजण*)
↓
दही लागू देणे
↓
दही
↓
मसलीन (मलमलच्या) कापडात दही टांगून ठेवणे
(साधारणपणे सहा ते आठ तास)
निवळी ← ↓
चक्का
↓

साखर → (३५ ते ४०%)	श्रीखंड यंत्र ↓ साधे श्रीखंड	श्रीखंड यंत्र ↓ साधे श्रीखंड ↓	← साखर
			← फळांचा रस/गर (१० ते १५%)

फळांचा स्वाद असलेले श्रीखंड

(* विरजणाचे दही खूप आंबट नसलेले, जास्त पाणी न सुटलेले, घट्ट असलेले असे हवे.)

मिष्टी दही बनवण्याचे तंत्र

बदलाचे वारे सगळ्या क्षेत्रांत वाहतेय. त्यामुळे नवनवीन संधीसुद्धा उपलब्ध होत आहेत. याला दुग्धपदार्थांचा व्यवसायही अपवाद नाही. पूर्वेकडील राज्यांत प्रसिद्ध असलेल्या 'मिष्टी दही'ला आता देशभरातून मागणी आहे. मिष्टी दही निर्मितीतूनही चांगला व्यवसाय उभा राहू शकतो.

मिष्टी दही हा पदार्थ पश्चिम बंगाल, आसाम, बिहार आणि ओरिसा राज्यांत प्रसिद्ध आहे. सर्वसाधारण दह्यासारखाच पण किंचित तांबूस रंग असलेला, मऊ, मलईदार, थोडा घट्ट असा थोडा वेगळा, बनवण्यास सोपा दुग्धपदार्थ. यालाच लाल दही, पायोधी असंही म्हणतात. उत्तम पॅकेजिंगची जोड दिल्यास हा पदार्थ विक्रीस ठेवता येईल. सणवार, उपवास किंवा पाहुण्यांसाठी मिष्टी दह्याला ताटात स्थान दिल्यास थोडं वेगळं खाण्याचा आणि खाऊ घालण्याचाही आनंद मिळेल.

- यासाठी गाईचे किंवा म्हशीचे वा मिश्र दूध वापरावे.
- दूध हळूहळू मंद आचेवर उकळावे (तापमान पाच अंश से., १० ते १५ मिनिटे).
- दुधात (गरम करत असताना) सहा ते सात टक्के (६० ते ७० ग्रॅम) साखर टाकावी.
- दुधास फिक्कट क्रीम ते फिक्कट (किंचित) तांबूस रंग येईपर्यंत मंद आचेवर गरम करावे.
- काही वेळेस ताज्या गुळाचाही वापर करता येतो.
- रंग, गंध, चवीसाठी दूध उकळण्याअगोदर कॅरामल पावडर ०.१ ते ०.२ टक्क्यापर्यंत टाकतात.
- दूध थंड करावे (४० अंश से. तापमानापर्यंत).
- चांगले विरजण (एक टक्का : एक लीटर दुधासाठी दहा ग्रॅम) दुधात एकजीव करून घ्यावे.
- विरजण एकजीव केलेले दूध साधारणपणे ४२ अंश से. तापमानास आठ ते दहा तास ठेवावे. (एलएफ–४० प्रकारच्या विरजणासाठी ४० अंश से. तापमानास विरजण लावलेले दही सहा–सात तास ठेवावे).
- दही फ्रीजमध्ये (चार अंश से. तापमान) ठेवून देणे.

मिष्टी दही महाराष्ट्रासाठी नवीन आहे. यात आणखी वेगळं करण्यासाठी काही कृत्रिम स्वादाचा (व्हॅनिला, रोझ, पायनॅपल इत्यादी) वापर करता येईल. तसेच फळांचे काप करून तेदेखील टाकता येतील. दुधात विरजण एकजीव केल्यानंतर भांड्यात दही लागू न देता सरळ ते पॉलिप्रोपॅलिन (PP) किंवा पॉलिस्टरीन कपमध्ये ओतावे व दही लागू द्यावे. तसेच लागलेले पॅकेज्ड दही फ्रीजमध्ये ठेवावे.

दहीजन्य पदार्थांसाठी डीव्हीएस विरजण

▲▲

दूध तापवतानाचे तापमान, दुधातील घटकांचे योग्य प्रमाण, वापरल्या जाणाऱ्या विरजणाची टक्केवारी, दुधातील सूक्ष्मजीवांची संख्या, दही लावतानाचे तापमान, भांड्याची स्वच्छता, वातावरणातील सूक्ष्मजीव इत्यादी अनेक घटकांवर दह्याची गुणवत्ता अवलंबून असते.

▼▼

दही किंवा दह्याचा वापर करून लस्सी, चक्का, श्रीखंड, ताक, बुंदी रायता, कर्ड राइस हे पदार्थ बनवताना वापरलेल्या विरजणावर तयार केलेल्या पदार्थाची गुणवत्ता अवलंबून असते. अनेक छोटे व्यावसायिक, हॉटेल व्यावसायिक विरजण म्हणून आदल्या दिवसाचे दही किंवा ताक वापरतात, परंतु प्रत्येक वेळेस विरजण चांगल्या गुणवत्तेचे असतेच असे नाही. कारण दूध तापवतानाचे तापमान, दुधातील घटकांचे योग्य प्रमाण, वापरल्या जाणाऱ्या विरजणाची टक्केवारी, दुधातील सूक्ष्मजीवांची संख्या, दही लावतानाचे तापमान, भांड्याची स्वच्छता, वातावरणातील सूक्ष्मजीव इत्यादी अनेक घटकांवर दह्याची गुणवत्ता अवलंबून असते.

प्रोबायोटिक किंवा दह्याचे सर्वसाधारण विरजणाचे मदर कल्चर तयार करताना लागणारे इन्क्युबेटर, ऑटोक्लेव्ह, काचेची भांडी, लॅमिनार एअर फ्लो यांचा अंदाजे खर्च अडीच लाखांच्या आसपास असतो. याशिवाय रेफ्रिजरेटर आवश्यक आहे. नवीन तंत्रज्ञान, उपकरणांचा वापर करून वर्षभर उत्तम दही व त्यापासूनचे पदार्थ तयार करता येतात. लहान तालुके, जिल्हा या ठिकाणी दह्याची अंदाजे प्रतिकिलो किंमत ४० ते ६० रुपये इतकी आहे. त्यासाठी येणारा खर्च पाहता दही निर्मितीतून चांगला नफा मिळवता येईल.

डीव्हीएस विरजणाचा वापर

- दही, श्रीखंड, लस्सीसाठी वेगवेगळे डायरेक्ट व्हॅट सेट (डीव्हीएस) विरजण आहे. काही ठरावीक जातीचे जिवाणू पावडर स्वरूपातून दुधात मिसळले जातात.
- हवा असलेल्या पदार्थासाठीचे विरजण वापरताना त्या पाकिटावर विरजणाच्या जिवाणूंचे नाव, त्यासाठीचे तापमान (दुधाचे दह्यात रूपांतर होण्यासाठी) याची माहिती दिलेली असते. त्यानुसार दही लावावे.
- आगपेटीच्या दोन-तीन काडीएवढी जाड व लांब काचेची कुपी असते. यात एक ग्रॅम विरजण पावडर स्वरूपात असते किंवा प्लॅस्टिक पाकिटात असते.
- दूध चांगले उकळल्यानंतर (८५ ते ९० अंश सेल्सिअस दहा ते पंधरा मिनिटे) थंड केल्यानंतर (२५ ते ३० अंश सेल्सिअस) पावडर स्वरूपातले विरजण दुधात मिसळून चांगले एकजीव करावे. एक ग्रॅम विरजण ५० ते ६० लीटर दुधासाठी पुरते. अशा प्रकारचे विरजण काही कंपन्यांनी विकसित केले आहे.

फ्रिज ड्राइड कल्चर

- डीव्हीएस विरजणाच्या बरोबरीने अलीकडे फ्रिज ड्राइड कल्चर उपलब्ध झाले आहे. या विरजणाचे मदर कल्चर तयार करून ते अतिशीत तापमानास ठेवून अनेक दिवस विरजणासाठी वापरता येईल.

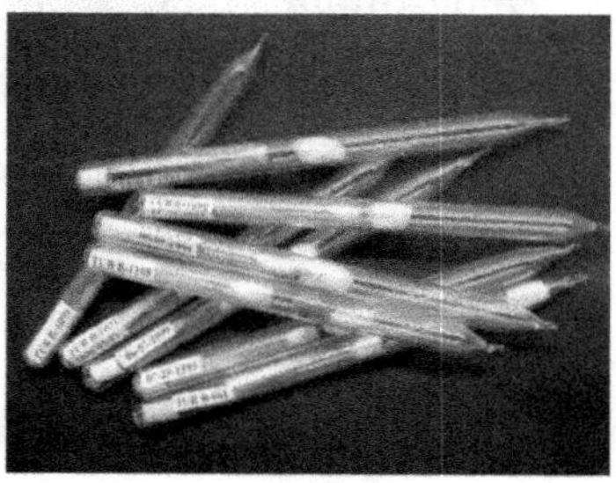

- हे विरजणदेखील पावडर स्वरूपात उपलब्ध असते. मात्र या विरजणाची पावडर निर्जंतुक वातावरणात लॅमिनार एअर फ्लोच्या छोट्या चेंबरमध्ये उघडून निर्जंतुक केलेल्या परीक्षानळीतील स्कीम मिल्कमध्ये (सायविरहित दूध) थोडे मिसळून त्यास कापसाच्या बोळ्याचे बूच लावावे.
- हे करत असताना वापरली जाणारी सर्व सामग्री निर्जंतुक केलेली असावी.
- सदर परीक्षानळी ठरावीक तापमानास अगोदर निर्जंतुक केलेल्या इन्क्युबेटरमध्ये ठेवावी. अशा तऱ्हेने तीन वेळा कार्यक्षम केलेले विरजण पुढे निर्मितीसाठी विरजण म्हणून वापरण्यास घ्यावे.

दह्याची गुणवत्ता

- उन्हाळ्यात तापमान जास्त असल्यामुळे दही पटकन लागते. सूक्ष्मजीवांची वाढ लवकर होते. दही किंचित पातळ, जास्त पाणी असलेले, थोडे जास्त आंबट असे मिळते.
- हिवाळ्यात तापमान कमी असल्यामुळे सूक्ष्मजीवांची संख्या लवकर न वाढता दुधाचे दह्यात रूपांतर होण्यास खूप वेळ लागतो. अशा वेळेस तयार झालेले दही खूप वेळ होऊनसुद्धा आंबट होत नाही. अशा सगळ्या प्रकारामुळे दह्याची व त्यापासूनच्या पदार्थांची गुणवत्ता (पोत, चव, गंध) नेहमीसारखी ठेवण्यास अडचण येते.
- दही लवकर तयार होण्यासाठी एकसारखी आम्लता, तसेच योग्य गुणवत्तेचे तयार होण्यासाठी गेल्या काही वर्षांपासून बाजारात डायरेक्टव्हॅट सेट (डीव्हीएस) विरजण पावडर स्वरूपात उपलब्ध आहेत. यामुळे दूध विशिष्ट तापमानास ठेवल्यास दही लवकर तयार होते. प्रत्येक वेळेस आम्लतेत फारसा फरक न पडता उत्तम गुणवत्तेचे दही मिळते.
- दही योग्य लागल्यानंतर ते लगेचच पाच अंश सेल्सिअस किंवा त्याखालच्या तापमानास ठेवावे. यामुळे वाढलेली किंवा तयार झालेली योग्य आम्लता नियंत्रणात राहील आणि पुन्हा वाढणार नाही.

ऑटोक्लेव्ह

- लॅमिनार एअर फ्लोमध्ये सर्वसाहित्य हे निर्जंतुक असावे लागते. निर्जंतुकीकरणासाठी ऑक्टोक्लेव्ह वापरला जातो.
- ऑक्टोक्लेव्ह सर्वसाधारण प्रेशर कुकरसारखेच काम करतो. कल्चरनिर्मितीसाठी लागणारी काचेची भांडी, चमचा हा ऑक्टोक्लेव्हमध्ये काही काळ ठेवून निर्जंतुक करतात. ठरावीक दाबावर ऑक्टोक्लेव्ह काम करतो.

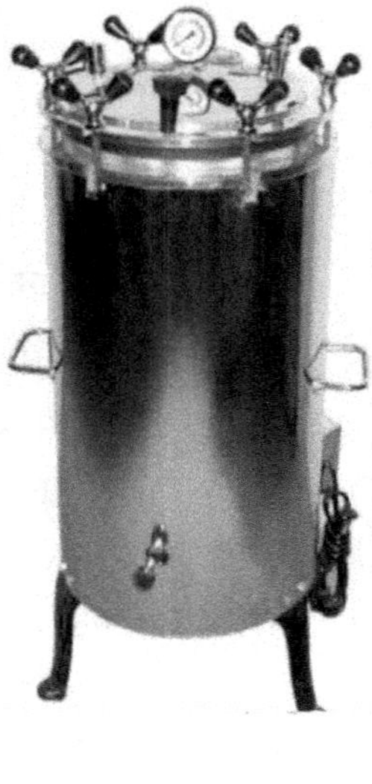

बीओडी इन्क्युबेटर

- विशिष्ट तापमानाला दुधाचे दही करण्यासाठी बीओडी इन्क्युबेटरचा वापर होतो.
- मोठ्या चौकोनी कपाटासारखी याची रचना असते. आपल्याला हवे ते तापमान यात नियंत्रित करता येते. यामुळे सूक्ष्मजीव विशिष्ट तापमानास हवे तेवढेच वाढून दह्याची आम्लता नियंत्रणात राहून योग्य गुणवत्ता राखली जाते.
- मोठ्या उद्योग समूहांमध्ये संपूर्ण खोलीचे तापमान नियंत्रित केले जाते. परंतु लहान स्तरावरील उत्पादकांना बी.ओ.डी. इन्क्युबेटरचा वापर हा एक चांगला पर्याय आहे.
- मध्यम प्रकारच्या बीओडीमध्ये साधारणपणे २०० ते ३०० लीटर दही एकाच वेळेस तयार होईल. इन्क्युबेटरचा वापर फ्रिज ड्राइड कल्चर (विरजण) वाढवण्यासाठीसुद्धा होतो.

योगर्ट

- योगर्ट म्हणजे दह्यासारखाच पदार्थ होय. परंतु यात लॅक्टोकोकस डेलब्रुकी सबस्पेसीज बल्गॅरिकस, स्ट्रिप्टोकोकस थरमोफिलस हे सूक्ष्मजीव आढळतात.
- योगर्टची चव थोडी उग्र आंबट अशी असते. म्हणून योगर्टमध्ये फळांचे काप, गर यांचा वापर केला जातो.

दही आणि प्रोबायोटिक दही

- सर्वसाधारण दह्यात अनेक प्रकारचे सूक्ष्मजीव आढळतात. जागतिक आरोग्य संघटना आणि अन्न आणि शेती संघटना यांनी प्रोबायोटिकच्या केलेल्या व्याख्येनुसार सर्वसाधारण दह्याला प्रोबायोटिक दही म्हणू शकत नाही.
- प्रोबायोटिकमधील जिवंत सूक्ष्मजीव जठरातील ॲसिड, पित्त, स्वादुपिंडातील रस यांना प्रतिरोध करून लहान/मोठ्या आतड्यात पुरेशा संख्येने असतात, तेव्हा चांगले फायदे शरीरास मिळतात.
- प्रोबायोटिकच्या एखाद्या सूक्ष्मजीवाचे पुरेशा संख्येने होणारे फायदे जरी अधिक चांगले असले तरी सर्वसाधारण दह्यापासूनचे फायदे कमी नाहीत.

दहीजन्य पदार्थांमध्ये प्रोबायोटिक्सचा वापर

▲▲

प्रोबायोटिक्स म्हणजे आहारातून घेता येतील असे स्वास्थ्यहितकारक सजीव सूक्ष्मजीव. दह्यात अनेक प्रकारचे हितकारक सूक्ष्मजीव असतात आणि प्रोबायोटिक्सचा वापर करून दहीजन्य पदार्थांची गुणवत्ता वाढवता येते. भारतीय बाजारपेठांत प्रोबायोटिक्सचा वापर केलेले दही, लस्सी, आइस्क्रीम तसेच प्रोबायोटिक ड्रिंक यांसारखे पदार्थ आता उपलब्ध होऊ लागले आहेत.

▼▼

जागतिक अन्न आणि कृषी संघटना तसेच जागतिक आरोग्य संघटनेने प्रोबायोटिकसंदर्भात मार्गदर्शिका आखली आहे.

प्रोबायोटिक वापरून तयार केलेली लस्सी, आइस्क्रीम, दही, प्रोबायोटिक ड्रिंक असे विविध प्रकारचे प्रोबायोटिक्स बाजारपेठेत उपलब्ध आहेत.

प्रोबायोटिक्स म्हणजे आहारातून घेता येतील असे स्वास्थहितकारक सजीव सूक्ष्मजीव.

मानवी पचनसंस्थेतील सूक्ष्मजीव व त्यांचे प्रमाण

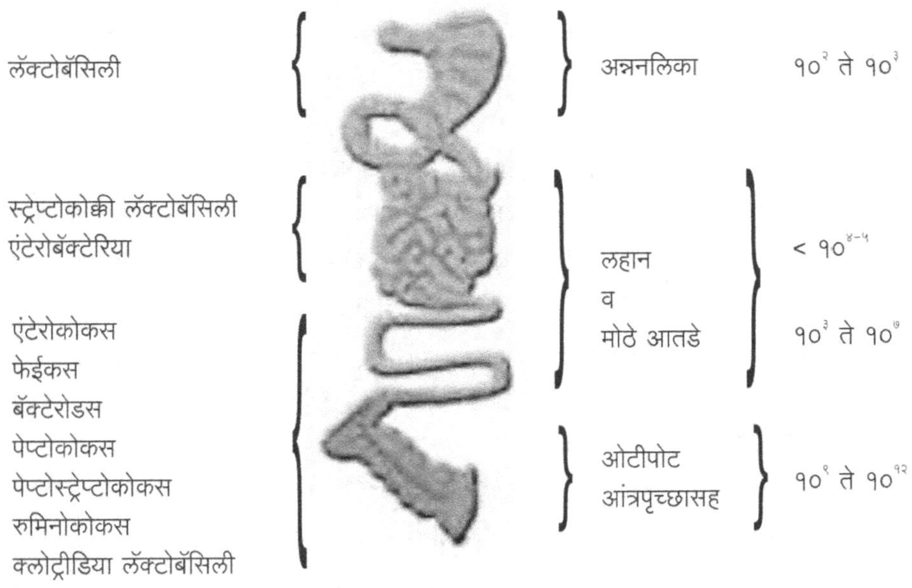

सुमारे एक हजारपेक्षा अधिक सूक्ष्मजीवांचे प्रकार मानवी शरीरामध्ये (तोंडातील पोकळी, श्वसनाचा मार्ग, अन्ननलिका, त्वचा) आयुष्यभर टिकून राहतात.

प्रोबायोटिक्स दुग्धपदार्थातून घेणाऱ्यास (किंवा वेगळ्या पदार्थातून घेतल्यास) दुग्धशर्करा न पचणे, आतडीचे आजार, तीव्र अतिसार, रक्तातील लाल पेशी कमी होणे, श्वसनासंबंधी आजार, आतड्यांचा कर्करोग, मूत्रमार्गातील बाधा यावर काही प्रमाणात नियंत्रण मिळवता येते. प्रोबायोटिक्सच्या विविध सूक्ष्मजीवांनुसार वेगवेगळे फायदे शरीरास मिळवता येतात. जागतिक आरोग्य संघटना आणि अन्न आणि कृषी संघटनेने प्रोबायोटिक्सचा पदार्थात वापर हा सुरक्षित असल्याचे सांगितले आहे.

- प्रोबायोटिक सूक्ष्मजीव म्हणून लॅक्टिक ॲसिड बॅक्टेरिया, विशेषकरून लॅक्टोबॅसिलाय, बायफायडो बॅक्टेरियम आणि सॅक्रोमायसेस बाऊलारडी या सूक्ष्मजीवांचा वापर करता येईल. या प्रोबायोटिक स्ट्रेन्सवरती सखोल अभ्यास झाला आहे. यातील काही प्रजाती अनेक प्रकारच्या रोगांबद्दल परिणामकारक दिसून आल्या आहेत.
- प्रोबायोटिक सूक्ष्मजीव हे नैसर्गिक आणि मित्रवर्गीय सूक्ष्मजीव आहेत, जे आपल्या शरीरातील सूक्ष्मजीवांचा समतोल राखण्यासही मदत करतात.
- प्रोबायोटिक एखाद्या पाहुण्यासारखे असतात. जर आहारातून नियमित घेतले नाहीत, तर ते आपल्या शरीरातून निघून जातात.
- ग्रॅम पॉझिटिव्ह जिवाणूचे दोन मुख्य जातिसमुदाय म्हणजे लॅक्टोबॅसिलस आणि बायफायडो बॅक्टेरिअम हे प्रोबायोटिक म्हणून जास्तकरून वापरले जातात.

भारतातील स्थिती

- प्रोबायोटिकचा वापर पारंपरिक दुग्धपदार्थात मूल्यवर्धनासाठी केला जातो. हा एक मूलगामी बदल सध्या बाजारात दिसून येत आहे.
- प्रोबायोटिकचा वापर योगर्ट, चीज, आईस्क्रिम आणि पारंपरिक दुग्धजन्य पदार्थ (दही, श्रीखंड, कुल्फी) निर्मितीमध्ये वाढतो आहे.
- भारतात ब्रँडेड प्रोबायोटिक योगर्ट, दही, आंबवलेले दूध आणि लस्सीसाठी बाजारपेठ जलद गतीने वाढत आहे. योगट, दही या पदार्थांची बाजारपेठ १४%नी वाढते आहे. आंबवलेले प्रोबायोटिक दूध, लस्सीची बाजारपेठ ३३%नी वाढते आहे.
- राष्ट्रीय दुग्ध संशोधन संस्थेमध्ये प्रोबायोटिकचा वापर करून ॲसिडो व्हे, अननसाच्या स्वादाचे पेय तयार करून पेटंट घेण्यात आले आहे. तसेच चीज, दही, लस्सी इत्यादी अनेक पदार्थांत प्रोबायोटिकचा वापर यशस्वीरीत्या करण्यात येत आहे.
- सन २०१५ पर्यंत भारतातील प्रोबायोटिक पदार्थांची बाजारपेठ २२.६%पर्यंत वाढेल (वार्षिक वाढ) असा अंदाज आहे.

- प्रोबायोटिक विरजणाचा वापर हा आंबवलेल्या दुग्धपदार्थांच्या निर्मितीसाठी करून स्वास्थासाठी हितकारक कॉन्जुगेटेड लिनॅलिक ॲसिड (सीएलए)सुद्धा मिळते. सीएलएचे भरपूर फायदे आहेत. कर्करोग, चरबी कमी करण्यासाठी याचा वापर केला जातो.
- काही प्रोबायोटिक स्ट्रेन्स एन्जिवोटेनसीन कन्व्हर्टिंग इन्झाइम (एसीइ) तयार करतात. यामुळे ताणतणाव, रक्तदाब नियंत्रणात ठेवण्यास मदत होते.
- संशोधनाअंती असे निर्देशनास आले आहे की, बायफायडो बॅक्टेरिअम हे मधुमेह कमी करते.
- प्रोबायोटिक्स घटकांचा वापर केलेले दुग्धपदार्थ आहारातून घेतल्यास त्याचे स्वास्थ्यकारक, शरीरास योग्य फायदे होण्यासाठी पुरेशा पेशी योग्य संख्येत असणे गरजेचे असते.
- कमीतकमी संख्या १०^{६} सीएफयू प्रति मिली किंवा ग्रॅम असायला हवी.
- बाजारात उपलब्ध असलेले प्रोबायोटिक दही, लस्सी इत्यादी पदार्थ आहारातून घेतानाच्या वेळेस सूक्ष्मजीवांची संख्या वरीलप्रमाणे नसली तर त्याचे योग्य फायदे मिळत नाहीत.
- कर्नाल येथील राष्ट्रीय दुग्ध संशोधन संस्थेने प्रोबायोटिकचे सूक्ष्मजीव पावडर स्वरूपात उपलब्ध करून दिले आहेत. काही कंपन्या प्रोबायोटिकचे सूक्ष्मजीव वेगवेगळ्या नावाने विक्री करतात.
- जागतिक अन्न आणि कृषी संघटना तसेच जागतिक आरोग्य संघटनेने प्रोबायोटिक संदर्भात मार्गदर्शिका आखली आहे.
- काही कंपन्या प्रोबायोटिकचे गोठवून कोरडे केलेले कल्चर विकतात. हे कल्चर (विरजण) ५० युनिट, १०० युनिट अशा पाऊचमध्ये उपलब्ध असून, ते अंदाजे १५० ते ५०० लीटर दुधासाठी वापरता येते.
- काही कंपन्यांनी सोया–योगर्टसाठीसुद्धा कल्चर विकसित केले आहे. कॅप्सूल स्वरूपात चघळून खाण्याच्या स्वरूपातदेखील प्रोबायोटिक उपलब्ध आहेत. ज्यूस, योगर्टमध्ये पावडर स्वरूपातदेखील ते मिसळता येते.

सूक्ष्मजीवांमध्ये विविधता

दह्यात अनेक प्रकारचे सूक्ष्मजीव आढळतात. युरोपियन जर्नल ऑफ क्लिनिकल न्युट्रिशनमधील लेखानुसार विविध ठिकाणच्या दह्यात असणाऱ्या सूक्ष्मजीवांत खूप वैविध्य आढळले. भारतीय दह्यात जवळपास २५० लॅक्टोबॅसीलसचे वेगवेगळे स्ट्रेन्स आढळल्याचेदेखील या लेखात नमूद केले आहे. दह्यात अनेक प्रकारचे सूक्ष्मजीव आढळतात. यामध्ये प्रामुख्याने लॅक्टोबॅसीलस ॲसिडोफिलस, लॅक्टोकोकस लॅक्टिस, लॅक्टोकोकस लॅक्टिस क्रिमॉरीस इत्यादी.

पेय प्रकारातले दुग्धपदार्थ

▲▲

सुगंधी दूध, ताक, मसाला ताक, लस्सी यांमुळे नुसती तहान भागत नाही, तर त्यामध्ये उत्तम पोषणमूल्ये आहेत. बाजारपेठेत सुगंधी दूध, चॉकलेट दूध, मसाला ताक, तसेच बाजरा लस्सीला चांगली मागणी आहे. आपल्या परिसरातील बाजारपेठेची गरज ओळखून दुग्धप्रक्रियेला सुरुवात करावी.

▼▼

सुगंधी दूध, चॉकलेट दुधास जवळजवळ वर्षभर मागणी असते. याशिवाय ताक, मसाला ताक, लस्सी, निवळीपासून तयार केलेल्या पेयालाही चांगली मागणी आहे. या पेयांनी नुसती तहान भागत नाही, तर त्यामध्ये उत्तम पोषणमूल्ये आहेत. या पेयांचे पोषणमूल्य आणि त्यांचे शरीरावर होणारे चांगले परिणाम ग्राहकांना पटवून दिलेत, तर भविष्यात यांना चांगली मागणी असेल.

बाजरा लस्सी

- बाजारात मँगो लस्सी, साधी लस्सी, आइस्क्रीम मिसळलेली लस्सी असे काही प्रकार प्रसिद्ध आहेत. त्याचबरोबरीने आता बाजरीची लस्सी विकणे शक्य आहे.
- बाजरीच्या पिठात चांगले पोषणमूल्य आहे. बाजरीत लोहाचे प्रमाण ४० पीपीएमपर्यंत असते, जे दुधात उपलब्ध नसते.
- 'राबडी' नावाचे पेय हरियाणा, राजस्थान, पंजाब आणि उत्तर प्रदेशच्या पश्चिम भागात प्रसिद्ध आहे. पारंपरिकरीत्या विविध प्रकारचे पीठ ताकात मिसळून रात्रभरातून आंबवून हे पेय तयार करतात.

बाजरा लस्सी बनवण्याची कृती

- दूध ८५ ते ९० अंश सेल्सिअस तापमानास १० मिनिटे चांगले तापवून घ्यावे.
- त्यामध्ये ६% बाजरीचे पीठ मिसळावे.
- तापमान ३० अंश सेल्सिअस आल्यानंतर त्यात एक टक्का विरजण मिसळावे.
- दही लागण्यासाठी ठेवून द्यावे.
- दही एकत्र करावे.

- मिश्रणात १०% साखर मिसळावी.
- मिश्रणात आपल्याला हवी असलेल्या चव, घट्टपणानुसार पाणी ओतावे.
- मिश्रण थंड करावे.

टीप : बाजरीचे पीठ दुधात मिसळताना दूध मंद आचेवर गरम करावे. पीठ हळूहळू दुधात मिसळत राहावे. याने गुठळ्या होणार नाहीत. एक लीटर दूध असेल तर ६० ग्रॅम बाजरीचे पीठ लागेल. अशा तयार झालेल्या दह्यात सर्वसाधारणपणे ५००–८०० मिली पाणी लागेल.

बाजरा लस्सीतील घटक

एकूण घनता – ८.७४%	फॅट – २.०५%
प्रथिने – १.८४%	राख – १.०८%
आम्लता – ०.५९%	लोह – ४० पीपीएम

कार्बोहायड्रेड – ३.७७%

सुगंधी दूध

- बाजारात व्हॅनिला, स्ट्रॉबेरी, अननस, गुलाब, चॉकलेट असे सुगंध उपलब्ध आहेत. सुगंधाबरोबर शिफारशीत कृत्रिम रंगांचादेखील वापर करता येईल.
- सुगंधी दूध तयार करण्यासाठी ८५ अंश सेल्सिअस तापमानाला दूध दहा मिनिटे गरम करावे. दुधाचे तापमान खाली आल्यावर पाहिजे असलेल्या सुगंधाचे आणि रंगाचे काही थेंब टाकावेत. त्यानंतर दूध उकळून घ्यावे. दुधात आवडीनुसार दुधाच्या प्रमाणात ६% साखर मिसळावी. या प्रक्रियेनंतर दुधाला एक उकळी द्यावी.
- सुगंधांचा वापर करताना काही थेंब पुरेसे होतात. यासाठी अगोदर दोन थेंब टाकून दूध ढवळून सुगंधाचा अंदाज घ्यावा. गरज वाटल्यास काही थेंब पुन्हा टाकावेत. बाजारात वेगवेगळ्या प्रकारच्या कंपन्यांच्या सुगंधांच्या बाटल्या मिळतात. परंतु सुगंधाची बाटली जुनी असल्यास सुगंध जास्त टाकावा लागतो. आपण आपल्या स्तरावर वापरत असलेल्या ठरावीक कंपन्यांच्या सुगंध टाकण्याचे प्रमाण सरावाने ठरवावे.
- बाजारात सुगंधी दूध, चॉकलेट दूध तयार करून लगेचच पॅकिंग करणारी स्वयंचलित यंत्रे उपलब्ध आहेत.

पंचामृतातील एक अमृत : ताक

उन्हाळा जसा तीव्र होतो तशी शीतपेये, अनैसर्गिक सरबते यांवर तहान भागवली जाते; पण ही पेये शरीरास अपायकारक असतात. शरीरास आवश्यक असणारे गुणधर्म/तत्त्वे असलेली पेये, शरीरास कुठलाही धोका न पोहोचवता फायदा देणारी पेये उन्हाळ्यात ग्राहकांना देऊ केली तर?

वेगवेगळे दुग्धपदार्थ बनवताना काही उपपदार्थदेखील आपणास मिळत असतात; पण योग्य माहितीअभावी त्याचा वापर न होता ती वाया जातात. ताक, पनीर निवळी, चक्का निवळी यांपासून स्वादिष्ट, रुचकर पेये बनवता येतात.

दह्यात थंड पाणी घालून घुसळल्यानंतर त्यातून लोणी काढल्यानंतर शिल्लक राहते ते ताक. ताक हे पंचामृतांपैकी एक आहे.

'सुराणां अमृतं प्रधानं तथा तराणां भुवि तक्रमाहु:।'

देवांना जसे अमृत श्रेष्ठ, तसे पृथ्वीवरच्या मनुष्यास ताक श्रेष्ठ आहे.

ताकाचे फायदे : ताक हे उत्साहवर्धक तर आहेच, शिवाय दुसऱ्या अन्नास पचवणारेही आहे. आयुर्वेदानुसार ताक हे कफ, वातदोष, मेदोवृद्धिरोधक आहे व अनेक विकारांत उत्तम पथ्यकर आहे.

ताकनिर्मिती

- ताकामध्ये चांगली पोषणमूल्ये आहेत. ताकात बी–१२ हे जीवनसत्त्व असते. याच्या अभावाने मातेला पर्निशस ॲनिमिया आणि मेगॅलोब्लास्टिक ॲनिमिया होतो. नवीन संशोधनात असे दिसून आले आहे, की गर्भारपणी याच्या अभावाने गर्भावर परिणाम होतो. नवजात बालकास तरुणपणीच मधुमेह होण्याची शक्यता वाढते.
- ताक तयार करण्यासाठी चांगल्या एक लीटर दह्यात १ ते १.४ लीटर थंड पाणी मिसळावे. हे मिश्रण मिक्सरमधून काढून घ्यावे किंवा रवीने घुसळावे.
- लोणी काढून घेतलेल्या ताकात साधारणपणे ०.२% फॅट व ०.८–१% एवढी आम्लता असेल.
- अशा प्रकारच्या पाच लीटर ताकात साधे मीठ २६.६ ग्रॅम, जिरा पावडर (भाजलेली) ७.४ ग्रॅम, काळी मिरी २.८ ग्रॅम, लाल तिखट १.८ ग्रॅम, साखर ६० ग्रॅम मिसळावी. सर्व घटक एक–एक करून एकजीव करावेत. हे मिश्रण मलमलच्या कापडातून गाळून घ्यावे. गाळून घेतलेले मिश्रण म्हणजे मसाला ताक. तयार झालेले ताक त्वरित फ्रिजमध्ये ठेवावे.
- ताकाचा आंबटपणा काहींना चवीस आवडत नाही. यासाठी वरीलप्रमाणे मसाला

ताक तयार करावे. बाजारात कोकम सिरप व काजू सिरपचे कॅन्स (छोटे) उपलब्ध असतात. मसाला ताक गाळून घेतल्यानंतर त्यात १०% इतके 'कोकम सिरप' मिसळावे. 'कोकम सिरप' मिसळल्यामुळे ताकास आकर्षक गुलाबी रंग येतो. किंचित गोडसर, आंबट अशी वेगळीच चव मिळेल. मात्र वापरात येणाऱ्या कोकम सिरपमध्ये अगोदरच साखर मिसळलेली असावी.

- मसाला ताकात १५% 'काजू सिरप'ही मिसळता येईल. काजू सिरपमुळे ताकाचा थोडा आंबटपणा व काजूची थोडी गोड, मऊ चव मिळते.
- २०० मिली ताक प्लॅस्टिक फिल्म (HDPE) मध्ये 'पॅडल' मशीनने पॅक करून बस स्टॅन्ड, रेल्वेस्टेशन, शाळा, कॉलेजजवळ विक्रीस ठेवता येईल.

आयुर्वेदशास्त्रात नोंदवलेले ताकाचे प्रकार

तकू : विरजलेल्या दह्यात पाणी घालून घुसळल्यावर जे लोणी येईल ते काढून घ्यावे व जो द्राव बाकी राहतो तो तकू.

उद्श्वित : दह्याच्या निम्मे पाणी घालून केलेले ताक. हे कफदोषवर्धक आहे.

मथित : केवळ दही घुसळून केलेले ताक घुसळण्यापूर्वीच चमच्याने पूर्ण साय काढून घेतली जाते. हे वात, पित्त, कफ दोषनाशक असून उष्ण आहे.

दंडाहत : लांब दांड्याच्या रवीने कमी वेळ घुसळून केलेले ताक.

कालशेत : लांब दांड्याच्या रवीने अधिक वेळ घुसळून केलेले ताक.

घोल : म्हणजे केवळ दही घुसळून, लोण्यासकट असणारे ताक.

खांडव : म्हणजे फळांचे तुकडे घालून केलेले ताक.

चॉकलेट दूध

- दुधाच्या अनेक प्रकारच्या पेयांमध्ये सगळ्यात जास्त मागणी ही चॉकलेट दुधास असते.
- बाजारात विविध कंपन्यांची चॉकलेट पावडर उपलब्ध आहे. किमतीतही खूप तफावत आहे. काही कंपन्यांनी त्यांच्या पॅकेटवर पावडर वापरण्याचे प्रमाण खूपच जास्त सांगितले आहे, यामुळे पदार्थ उत्पादनाच्या खर्चात वाढ होते. यासाठी पॅकेटवर सांगितल्याप्रमाणे– उदाहरणार्थ, १०% पावडरचे प्रमाण सांगितले असले तर त्याचसोबत ७% व ५% पावडरचे दूध तयार करून तिन्ही पेयांची चव, वास, रंग, घट्टपणा यांची तुलना करून पावडरचे प्रमाण ठरवावे.

- चॉकलेट दूध बनवण्यासाठी ८५ अंश सेल्सिअस तापमानाला दूध दहा मिनिटे गरम करावे. त्यानंतर चॉकलेट पावडर (४–७%), साखर (३–५%) चवीनुसार दुधात मिसळावी.
- गरम दुधात पावडरच्या गुठळ्या होऊ नयेत यासाठी पावडर थोडी थोडी व हळूहळू दुधात मिसळावी. दूध थंड करून पॅकिंग करावे.
- तयार केलेले सुगंधी दूध, चॉकलेट दूध होमोजिनाइझ करून घ्यावे. याने दुधावर जाड साय येणार नाही. होमोजिनायझरचा खर्च जास्त आहे. मात्र, यासाठी मिक्सरचा किंवा तत्सम मशीनचा वापर करता येईल. कायद्यानुसार 'सुगंधी दूध', 'चॉकलेट दूध' म्हणून विक्री होत असेल तर दुधाला लागू होणारे फॅट व एस.एन.एफ.चे नियम लागू होतील. खूप कमी फॅटचे दूध वापरल्यास त्यास सुगंधी दूध न म्हणता 'ड्रिंक' म्हणावे लागते.

लस्सी कशी तयार कराल?

दुधापासून तयार करण्यात आलेल्या आंबट–गोड पदार्थांच्या कृती निश्चितच वैशिष्ट्यपूर्ण आणि घरगुती पातळीवर करता येण्यासारख्या आहेत. एप्रिल–मे महिन्यात अंगाची लाही होते. अशातच फेसाळलेली, वर क्रीम–चेरी असलेली, स्वभाव व प्रकृती शीतल असलेली, सुगंधी लस्सी टाळताच येत नाही. दूध काहींना पचत नाही; परंतु लस्सी, ताक, मठ्ठा म्हणजे उपयुक्त गुणांची खाण आहे, जे शरीराच्या क्रियाव्यापारासाठी सहायक आहे. लस्सीचे स्वादिष्ट प्रकार तयार करून ते २०० मिली, ४०० मिलीच्या पॅकमध्ये विकता येतील. लस्सी, ताक बनवण्यासाठी वेगवेगळ्या मशिनरी उपलब्ध आहेत. या मशीनरींमुळे ३०–५० लीटर लस्सी, ताक दहा–पंधरा मिनिटांत तयार होऊ शकेल.

मोठ्या प्रमाणात लस्सी किंवा ताकासाठी हाताने दही घुसळण्यास मर्यादा येतात. लग्नकार्यात लस्सी, ताक देण्यासाठी, हॉटेलांना पुरवण्यासाठी किंवा छोटे पॅकेट तयार करण्यासाठी याचा उपयोग नक्की होईल. लस्सी मशीनला लांब स्टीलचा रॉड (दांडा) असतो. खाली मिक्सरला असतात तशी पाती असतात. ही पाती विजेच्या साह्याने गोल फिरतात.

- केशर लस्सी ही जोधपूरची (राजस्थान) एक खासीयत आहे.
- भारताच्या दक्षिणेस लोकांना लस्सी थोडी खारट अशी आवडते.
- अमेरिकेत गोड, लस्सीसारखाच पदार्थ 'ड्रिंकिंग योगर्ट', 'योगर्ट स्मूदी' म्हणून विकला जातो.
- दह्यात मीठ टाकून तयार केलेले पेय इराण, लेबेनॉनमध्ये दूघ (Doogh) नावाने प्रसिद्ध आहे.

रॉड खाली-वरती सरकवता येतो. ताकापासून लोणी काढताना घुसळण्यासाठी रॉड हा ताकामध्ये अगदी पृष्ठभागाजवळ किंवा तळाजवळ ठेवू नये. रॉड मध्याच्या उंचीवर धरावा. हे मशीनच्या साह्याने उत्तम करता येते. यामुळे लोण्याचा सूक्ष्म कण ताकातून पटकन बाहेर पडतो.

मूल्यवर्धन : लस्सीमध्ये अनेक फळांच्या रसाचा वापर करतात. उदाहरणार्थ, चार ते आठ टक्के अननसाचा गर व आठ ते बारा टक्के साखर टाकून मिश्रण चांगले मशीनमधून घुसळल्यास 'अननस लस्सी' तयार होईल. आंब्याचा वापरही मोठ्या प्रमाणावर करतात. यासाठी १०० किलो दह्यानुसार त्यात १० ते १५ किलो आंब्याचा रस व १४.४ किलो साखर, तसेच एक किलो क्रीमचा वापर करून मिश्रण एकजीव करावे. कृतीत सांगितल्याप्रमाणे विविध सुगंधांचासुद्धा वापर करता येईल.

लस्सी तयार करण्याची कृती

दूध गरम करणे (पाश्चरायझेशन)
(८५-९० अंश से. १५ मिनिटे)

↓

थंड करणे (२५ ते ३० अंश से.)

↓

विरजण लावणे (एक ते दोन टक्के)

↓

दही लागू देणे (१२ ते १६ तास, सामू ४.५)

↓

दही घुसळणे
(पाणी ४:१ किंवा २५ ते ३०%)

↓

साखर टाकणे (१५ ते ३०%) किंवा * साखरेचा पाक (आठ ते बारा टक्के)

↓

सुगंध टाकणे (१५-२० मिली/१०० ली दुधासाठी)

↓

मशीनमध्ये घुसळून काढून घेणे

↓

साठवणे

(* ६०% साखरेचा पाक बनवून तो चांगला उकळून व थंड करून गाळून घेणे.)

आइस्क्रीम निर्मिती

▲▲

सहज उपलब्ध असणाऱ्या हँड फ्रिजरने किंवा काही लाखांत किंमत असणाऱ्या आइस्क्रीम फ्रिजर मशीनने उत्तम, स्वादिष्ट आइस्क्रीम बनवता येते. लाकडी हँड फ्रिजर बाजारात वेगवेगळ्या क्षमतेचे उपलब्ध आहेत; तर आइस्क्रीम फ्रिजर मशीनचे कार्य विजेवर मशीनच्या साहाय्याने होते.

▼▼

लाकडी हँड फ्रिजर

अनेक तालुक्यांच्या ठिकाणी मोठ्या कंपन्यांचा आइस्क्रीमचा पुरवठा नियमित नसतो. अशा ठिकाणी त्या त्या भागातले आइस्क्रीम प्रसिद्ध असते. काही जिल्ह्यांमध्येही ही परिस्थिती आहे. अशा ठिकाणची बाजारपेठ काबीज करण्यासाठी मोठी संधी आहे. आपलाही असा आइस्क्रीमचा स्वत:चा ब्रँड बनवता येईल.

आइस्क्रीम बनवणे कठीण असते, त्यासाठी मोठ्या मशीनरींची आवश्यकता असते किंवा बाजारात मिळणाऱ्या आइस्क्रीमसारखे आइस्क्रीम बनवता येणार नाही, असा एक समज आहे. परंतु सहज उपलब्ध असणाऱ्या हँड फ्रिजरने (लाकडी, छोटा प्लॅस्टिकचा) किंवा काही लाखांत किंमत असणाऱ्या आइस्क्रीम फ्रिजर मशीनने उत्तम, स्वादिष्ट आइस्क्रीम बनवता येईल.

बाजारात हातगाडीवर किंवा छोट्या व्यावसायिकांकडे मिळणारे आइस्क्रीम हे मुख्यत: लाकडी हँड फ्रिजरने बनवलेले असते.

आइस्क्रीमसाठी लागणारे घटक

कायद्यानुसार आइस्क्रीममध्ये कमीतकमी १०% फॅट, ३.५% प्रोटीन, आणि ३६% एकूण घनता असावी.

आइस्क्रीमसाठी निर्भेळ स्वच्छ दूध, साखर, मिल्क पावडर (साय काढलेल्या दुधाची पावडर), स्टॅबिलायझर, इमल्सिफायर यांचा वापर होतो. साध्या मिश्रणासाठी खालीलप्रमाणे घटकांचे प्रमाण वापरता येईल : दूध ६०%, क्रीम २०%, स्कीम मिल्क पावडर ५%, साखर १५%, स्टॅबिलायझर ०.५%

वरील सामग्री एकत्र करून गरम करून थंड करून घेतात. गरम करून थंड करताना

तीन ते चार तास सदर मिश्रण शून्य ते चार अंश से. तापमानास ठेवतात. यास एजिंग असे म्हणतात. सोडिअम अल्जिनेटचा वापर केल्यास एजिंगची आवश्यकता भासत नाही.

वर दिलेले विविध घटकांचे प्रमाण थोड्याफार प्रमाणात बदलत असते.

अनेक फळांचा आइस्क्रीममध्ये वापर होतो. परंतु त्याची उपलब्धता, टिकवून ठेवण्यास मर्यादा येतात. यावर उपाय म्हणून फळांची पावडर वापरता येईल.

आइस्क्रीम तयार करताना घ्यावयाची काळजी

- हार्डनिंगसाठी मशीनमधून आइस्क्रीम काढतेवेळी ते अर्धे द्रवयुक्त अंगबांधणीचे, घट्ट किंवा कठीण नसलेले असे असायला हवे.
- हार्डनिंग लवकर होणे चांगले (–१८ अंश सें. किंवा त्याहीपुढे) हळूहळू हार्डनिंग झाल्यास आइस्क्रीममध्ये बर्फाचे मोठे स्फटीक तयार होऊ शकतात.
- २.५ लीटर आइस्क्रीम मिश्रणापासून चार ते पाच लीटर आइस्क्रीम तयार होईल; यालाच ओव्हर रन म्हणतात.
- जास्त ओव्हर रनचे आइस्क्रीम मऊ हलके बर्फाच्छादित असे असते. कमी ओव्हर रनमुळे जड झालेले, गच्च असे आइस्क्रीम मिळते.
- जास्त स्टॅबिलायझरचे प्रमाण असल्यास चिकट अंगबांधणीचे आइस्क्रीम बनते.
- आइस्क्रीममध्ये रंग, गंध, फळांचा गर इत्यादींचा वापर करून विविध प्रकारचे आइस्क्रीम तयार करता येते.

हँड फ्रिजर (लाकडी)	आइस्क्रीम फ्रिजर मशीन
• लाकडी हँड फ्रिजर बाजारात वेगवेगळ्या क्षमतेचे उपलब्ध आहेत. • यामध्ये बाहेरून लाकडी आवरणाचा भाग असतो. हा भाग लाकडाच्या पट्ट्यांनी बनवलेला असतो. • लाकडी आवरणाचा भाग रात्रभर पाण्यात बुडवून ठेवतात, जेणेकरून पट्ट्या थोड्याशा फुगून, दोन पट्ट्यांमधील जागा भरून निघते. • लाकडी आवरणात आतमध्ये	• या मशीनमध्ये हँड फ्रिजर तत्त्वाचा वापर होतो. परंतु त्यात सर्व कार्य हे विजेवर मशीनच्या साहाय्याने होते. • या मशीनमध्ये बर्फ व मिठाचा वापर करावा लागत नाही. थंड (फ्रिजिंग) करण्याची प्रक्रिया ही स्वयंचलित मशीनने होते. • या प्रकारच्या छोट्या मशीनमध्ये २२० V, ५० Hz एवढा विजेचा प्रवाह लागतो. २२० V प्रवाह स्थिर

हँड फ्रिजर (लाकडी)	आइस्क्रीम फ्रिजर मशीन
ठेवण्यासाठी स्टेनलेस स्टीलचे उभट गोलाकार भांडे (सिलिंडरसारखे)असते. • या भांड्याचा बाहेरील भाग आणि लाकडी हँड फ्रिजरचा आतला भाग यात खूप जागा असते. या जागेमध्ये बर्फ आणि मीठ भरतात. खालून एक थर बर्फाचा, एक थर मिठाचा अशा स्थितीत वरपर्यंत ते भरतात. • स्टेनलेस स्टीलच्या आतल्या उभट भांड्यांत मोकळ्या जागेत लाकडी स्क्रॅपर असतो. स्क्रॅपरला फिरवण्यासाठी हँडल असते. • आइस्क्रीमसाठीचे वेगवेगळे घटक एकत्र घेऊन, गरम करून थंड केल्यानंतर या भांड्यात अर्ध्यापर्यंत भरतात. हँडलच्या साह्याने साधारण ३०–४० मिनिटे फिरवून घेतल्यानंतर अर्ध्यापर्यंत भरलेले भांडे फुगलेल्या आइस्क्रीममुळे बऱ्यापैकी भरलेले वाटते. • अशा स्थितीतील आइस्क्रीम काढून (अर्ध गोठवलेले) डीप फ्रिजरमध्ये घट्ट होण्यासाठी (हार्डनिंग) रात्रभर –१८ अंश से. तापमानास ठेवून देतात.	ठेवण्यासाठी मशीनसोबत व्होल्टेज स्टॅबिलायझर जोडावा. • साधारणपणे चार ते पाच लीटर आइस्क्रीम २५–३० मिनिटांत या प्रकारच्या मशीनमध्ये तयार करता येते. त्यात आइस्क्रीम घट्ट झालेले बघण्यासाठी एका नॉबने ओढून आइस्क्रीम बाहेर आल्यानंतर तपासता येते. • बदाम, काजूचे काप अथवा चेरी टाकायची असल्यास ती मशीनमधून आइस्क्रीम काढून झाल्यानंतरच टाकता येते. मशीनमध्ये धारदार पाते असल्यामुळे बाहेरून टाकलेल्या बदाम, काजू, गुलकंद इत्यादींचा चुरा होऊ शकतो. • या मशीनचा वापर करण्याअगोदर आइस्क्रीमसाठीचे विविध घटक एकत्र घेऊन, गरम करून थंड करतात. त्यानंतर सदरचे मिश्रण मशीनमध्ये टाकतात.

आइस्क्रीम मिक्ससाठी वेगवेगळ्या घटकांचे प्रमाण (फॉर्म्युला) हे कमी–जास्त प्रमाणात प्रत्येक ठिकाणी बदलत असते. मिक्ससाठी काही प्रमाण पुढीलप्रमाणे : दूध (५–५.५% फॅट) १० लीटर, क्रीम ४५० ग्रॅम, स्कीम मिल्क पावडर ७४० ग्रॅम, साखर २.१८० किलो, *इमल्सिफायर, स्टॅबिलायझर इत्यादींची पावडर ३०–५० ग्रॅम.

(*काही खासगी कंपन्या इमल्सिफायर व स्टॅबिलायझर इतर काही घटकांसोबत एकत्र करून विकतात.)

आइस्क्रीमची सर्वसाधारण कृती

दूध, क्रीम, स्कीम मिल्क पावडर, साखर, इमल्सिफायर, स्टॅबिलायझर इत्यादी थोड्या प्रमाणात घेणे.

↓

सर्वघटक ७०–७५ अंश से. तापमानापर्यंत वरील सामग्री हळूहळू एकत्र करून तापवणे (प्रथम दूध, क्रीमनंतर इतर सामग्री)

↓

होमोजिनायझेशन करणे (२००० पीएसआय) ६३–७७ अंश से.

↓

थंड करणे (५ अंश से.)

↓

एजिंग करणे (०–४ अंश से.) चार–सहा तास

↓

मशीनमध्ये आइस्क्रीम मिक्स टाकणे

↓

काही मिनिटांनी कॉम्प्रेसर चालू करणे

↓

२०–२५ मिनिटांनी आइस्क्रीम तपासणे

↓

आइस्क्रीम मशीनमधून काढून त्यात रंग, सुगंध, काजू, बदामाचे काप (१–३%) हवे असल्यास टाकणे.

↓

हार्डनिंगसाठी डीप फ्रिजमध्ये ठेवणे (–१८ सें. १२ तास)

सीताफळाचे आइस्क्रीम

आइस्क्रीमचे विविध घटक मोजून, एकत्र करून घेणे.

↓

तापवणे

↓

थंड करणे

↓

१२% सीताफळाचा गर, १३% साखर आणि ०.१५% सोडिअम अल्जिनेट घेणे.

↓

मिश्रण एकजीव करणे.

↓

थंड करणे (४ अंश से.)

↓

फ्रिजिंग करणे

↓

पॅकिंग करणे

↓

हार्डनिंग करणे (–१५ ते –१८ अंश से. १२–१४ तास)

बटर तयार करताना...

▲▲

पूर्वी इराण्याच्या हॉटेलमध्ये त्या वेळचं संगीत ऐकता ऐकता चहाबरोबर मस्का-पाव खाणं यात कोण एक आनंद मानला जायचा. तेव्हापासून ते आजतागायत बटरने (मस्का) आपला 'फॅन्स क्लब' टिकवून ठेवला आहे. मोठ्या हॉटेलमध्ये, सॅण्डविचच्या दुकानांवर, पावभाजीच्या गाड्या इत्यादींची मस्क्यासाठी रोजची मागणी असते.

▼▼

बटर (मस्का) बनवण्यासाठी (छोट्या स्तरावर) बटर चर्नर व बटर वर्करची गरज असते. याबरोबर बटर मोल्ड, चमच्यासारखे स्कॉच हॅण्ड इत्यादी साहित्य असते. वरील सर्व भाग हे दोन प्रकारांत आहेत :

१) लाकडाचे, २) स्टेनलेस स्टीलचे (गिअर/विनागिअरचे)

लाकडाचा बटर चर्नर व वर्कर इत्यादी २० ते २५ हजारांत मिळते; तर स्टीलचे भाग हे ५०-६० हजारांत उपलब्ध आहेत. नमूद केलेल्या किमती या थोड्याफार फरकाने बदलू शकतात. बटर चर्नर व वर्करच्या साह्याने बटर बनवण्यासाठीचे टप्पे/पायऱ्या खालीलप्रमाणे:

दुधापासून साय (क्रीम) काढणे

दुधात उपलब्ध असणारी साय ही क्रीम सेपरेटरच्या साह्याने काढून फ्रीजमध्ये ठेवणे. एकाच वेळी भरपूर दूध उपलब्ध न झाल्यास रोज थोडे थोडे क्रीम काढून फ्रीजमध्ये ठेवून नंतर ते बटरसाठी वापरता येईल.

काढलेल्या क्रीममध्ये किंवा बटर बनवण्यासाठी उपलब्ध असणाऱ्या क्रीममध्ये ३५ ते ४२% इतके फॅट असायला हवे. क्रीममध्ये ३५%पेक्षा कमी फॅट नको. संपूर्ण क्रीम ९०-९५ से.ला तापवून घेणे.

साय (क्रीम) आंबवणे

सायीत विरजण टाकून ती आंबवली जाते. विरजणाचे प्रमाण हे ०.५ ते २% इतके असावे. म्हणजेच १०० ग्रॅम सायी (क्रीम)साठी ०.५ ग्रॅम ते २ ग्रॅम इतके विरजणाचे प्रमाण असावे. विरजणाची गुणवत्ता चांगली हवी. विरजण सायीत टाकतानाचे तापमान २० ते २२ सेल्सिअस इतके असायला हवे. याच तापमानास साय जर काही काळ तशीच झाकून

ठेवता आली तर उत्तम. सायीची आम्लता (ॲसिडिटी) जेव्हा ०.३ ते ०.४%पर्यंत येईल तेव्हा आंबवण प्रक्रिया थांबवावी, असे (किंवा संपवावी) गृहीत धरावे. यानंतर क्रीमही पाच ते दहा सेल्सिअस तापमानास थंड करून तसेच त्याच तापमानाला ठेवून देणे, जेणेकरून आम्लतेत वाढ होणार नाही.

वेगवेगळ्या जातींचे विरजण बाजारात, संशोधन संस्था (एनडीआरआय, कर्नाल) येथे उपलब्ध आहे. शक्यतो विरजण हे विविध जाती एकत्रित असणारे असावे. ॲसिड निर्माण करणारे (Streptococcus lactis, S. cremoris) आणि गंध (flavour) निर्माण करणारे (S. diacetylactis, Leuconastac citrovorum, Leuc. dextranicum) सजीव असायला हवेत.

थंड करणे आणि एजिंग करणे

क्रीम तापवल्यावर क्रीम (साय)मधले फॅट हे पातळ स्वरूपात असतील. क्रीम थंड केल्यावर फॅट ग्लोब्यूल (गोलाकार असलेले) घट्ट होतात. एजिंग म्हणजे क्रीम काही काळ थंड तापमानाला धरून ठेवणे. एजिंग होण्यासाठी तापमान पाच ते दहा अंश सेल्सिअस हवे. या तापमानाला क्रीम १०–१२ तास ठेवतात. यामुळे फॅट ग्लोब्यूल (दुधातील लिपीडचा जास्तीतजास्त भाग हा छोट्या गोलाकार थेंबासारख्या भागात असतो ते म्हणजे ग्लोब्यूल) मध्ये थोडे फॅट हे दवासारखे (पातळ) व काही फॅट घट्ट स्वरूपात असेल. अशा स्थितीतील फॅट (क्रीमचे) चर्निंग केल्यास पुढच्या प्रक्रियेत फॅटचे वाया जाणे कमी करता येते.

क्रीमचे चर्निंग करणे

चर्निंग म्हणजे एखाद्या विशिष्ट तापमानाला क्रीम ढवळून काढणे, जोपर्यंत फॅट ग्लोब्यूल एकमेकांना चिकटून मोठे होत नाहीत तोपर्यंत.

बटर चर्नर हा छोटा गोलाकार डब्यासारखा असतो. हा चर्नर लाकडी असेल तर एक दिवस अगोदर हा चर्नर पाण्यात बुडवून ठेवणे. त्यानंतर त्याला गरम पाण्याने धुऊन काढणे. क्लोरिन द्रावण वापरल्यास उत्तम. मिठाने आतून घासून पुन्हा गरम पाण्याने धुणे. लाकडाचा विशिष्ट असा वास यायला नको. गोलाकार चर्नरमध्ये १/२ ते १/३ क्रीम टाकणे. यापेक्षा जास्त टाकू नये.

चर्नरमध्ये चर्निंग करते वेळी तापमानाला खूप महत्त्व आहे. कमी तापमानाला चर्निंग केल्यास बटर हे कुंबली, कठीण अंगबांधणीचे मिळते. तापमान जास्त असल्यास बटर हे चिकट असे वाटते. उन्हाळ्यात तापमान सात ते नऊ अंश सेल्सिअस, तर हिवाळ्यात १०–१२ अंश सेल्सिअस हवे. तापमानाला योग्य आकड्यात आणण्यासाठी, बदल करण्यासाठी बर्फाचे तुकडे/थंड पाणी टाकावे. चर्नरचे झाकण बंद करून तो हॅण्डलच्या साह्याने गोल

- **बटरमधील घटक :** फॅट ८०.२%, आर्द्रता १६.२%, मीठ २.५%

FSSAI कायद्यानुसार बटर

- बटरमध्ये कमीतकमी ८०% फॅट असायला हवे.
- मिठाचे प्रमाण बटरमध्ये तीन टक्केपेक्षा जास्त नको.
  गंधासाठी (Flavouring agent) डायअ‍ॅसिटाइल जास्तीतजास्त चार पीपीएमपर्यंत वापरू शकतो.
- तयार बटरमध्ये दह्याचे प्रमाण दीड टक्क्यापेक्षा जास्त नको.

गोल फिरवतात. गोल गोल फिरवताना एका मिनिटात २५ ते ३० फेऱ्या होतील, असे पाहावे. गरज वाटल्यास थंड पाणी मधेमधे बदलून घ्यावे. चर्नर फिरवण्याची क्रिया ३५ ते ४० मिनिटे चालू द्यावी. जेव्हा बटरचे द्राक्षासारखे छोटे छोटे गोळे होतील तेव्हा ताक (पाण्यासारखे थोडेसे सफेद) वेगळे करावे.

बटरचे वर्किंग करणे

बटरचे वर्किंग म्हणजे जसे दगडी पाट्यावर मसाला वरवंट्याच्या साह्याने मळला जायचा त्याच प्रकारचे कार्य. चर्निंगनंतर बटरचा गोळा बटर वर्करवर पसरावा. इथे वर्करवरची जागा ही मऊ, सपाट पृष्ठभाग असलेली असते.

वर्किंग करतेवेळी दोन ते अडीच टक्के इतके मीठ बटरवर टाकावे. वर्करवरती गोलाकार मोठ्या दांड्याच्या (रोलर) साह्याने वर्किंग करावे. यामुळे बटरमधले पाणी (अतिरिक्त) निघून जाऊन, मऊ गोळा तयार होईल. त्याशिवाय बटरमध्ये मिठाचे एकत्रीकरणही नीट होईल. बटरच्या पृष्ठभागावर ओलावा दिसू नये तोपर्यंत वर्किंग करणे. बटरमध्ये हवा जाणार नाही याची काळजी घ्यावी.

पॅकिंग व साठवणूक

बटर मोल्डमध्ये भरून चौकोनी आकार देऊन बटर पेपरमध्ये पॅकिंग करावे. वरून कार्डबोर्डचे आवरण द्यावे. पॅक केलेले बटर पाच अंश सेल्सिअसला २४ ते ४८ तास ठेवून नंतर –२५ ते –३० अंश सेल्सिअसला ठेवणे. जोपर्यंत बटर मार्केटला पाठवला जात नाही तोपर्यंत बटर –२५ ते –३० सेल्सिअस तापमानास ठेवलेले चांगले.

दुधापासून 'क्रीम'चे उत्पादन

पांढरी, गुबगुबीत, मलमली मलई किंवा साय सगळ्यांना भुरळ घालत असली तरी आपण तिचा वापर जपूनच करतो. कारण मलईमध्ये स्निग्धांशाचे प्रमाण जास्त (२० ते ८५%) असते. मलई/साय (क्रीम) ही लोणी (बटर), तूप करण्यासाठी वापरली जाते, तसेच बेकरीमध्ये ऊर्जेचे साधन म्हणून खाण्यासाठी वापरली जाते.

दुधात मलई व मलईविरहित (स्कीम मिल्क) दूध असते. याची घनता अनुक्रमे ०.९३ व १.०३६ एवढी आहे. घनतेतील फरकामुळे स्निग्ध पदार्थ (मलई/क्रीम) हे मलईविरहित दुधापेक्षा हलके असतात. यामुळे जड पदार्थ खाली, तर हलके पदार्थ वरती तरंगतात, या तत्त्वाचा वापर करून दुधापासून मलई वेगळी करतात. यासाठी वेगवेगळ्या पद्धती आहेत; परंतु मोठ्याप्रमाणावर 'क्रीम सेपरेटर'चा वापर करतात. अठ्ठावीस हजारांपासून काही लाखांपर्यंत याच्या किमती आहेत. या मशीनमध्ये सेंट्रिफ्युगल फोर्स (centrifugal force) व गुरुत्वाकर्षणाचा फोर्स (gravitational force) हे दोन्ही काम करतात.

कमी किमतीच्या सेपरेटरमध्ये काही भागच हा स्टीलचा असतो. यात बाऊलमध्ये रबर रिंग, डिस्ट्रिब्युटर, तीन प्रकारच्या डिस्क, छोटा पान्हा, बाउल हूड असे भाग असतात. वरती दुधासाठी छोटे भांडे, फॉसेट, रेग्युलेटर, फ्लोट असतो, तसेच क्रीम निघण्यासाठी क्रीमचे भांडे (outlet) व स्कीम मिल्क (फॅटविरहित दूध)साठीचे भांडे (outlet) हे सर्व छोटे–मोठे भाग काही मिनिटांत जोडून होतात.

क्रीम सेपरेटरच्या सर्व भागांची जुळवणी केल्यानंतर दर मिनिटास पाच हजार ते सहा हजार फेरे विद्युत मोटरच्या साह्याने दिले जातात. ज्यामुळे मलई व मलईविरहित दूध (घनतेच्या फरकामुळे) वेगळे होते.

क्रीमचे जसे अनेक उपयोग आहेत, तसेच स्कीम मिल्क हे कमी फॅटचे दुग्धपदार्थ बनवण्यासाठी, सुगंधी दुधासाठी वापरता येईल. आइस्क्रीम, बटर, तुपासाठी क्रीमचे वेगळे मार्केट आपण निर्माण करू शकाल. अशा संधी निर्माण करून किंवा साधून दुग्ध व्यवसायात सायीची वेगळी वाट निश्चितच पैशाची 'मलई' देईल.

- सेपरेटरमध्ये दूध टाकण्याअगोदर पाणी टाकून सेपरेटर धुऊन घेणे.
- दूध मशीनमध्ये टाकते वेळी ४० अंश से. तापमानापर्यंत गरम करणे आवश्यक आहे.
- क्रीम घट्ट, कमी घट्ट हवी असल्यास त्यानुसार स्क्रू सेट करणे.
- क्रीम काढून झाल्यानंतर सेपरेटर चालू स्थितीत गरम, कोमट पाण्याने धुऊन घेणे.
- एका लीटर गाईच्या दुधापासून ६०–७० ग्रॅम क्रीम मिळते.
- एका लीटर म्हशीच्या दुधापासून ७०–९० ग्रॅम क्रीम मिळते.
- स्किम मिल्कमध्ये ०.५%पेक्षा कमी फॅट हवे.

चीज तयार करण्याचे तंत्र

▲▲

जगातल्या एकूण दूध उत्पादनापैकी ४० टक्के दूध चीज बनवण्यासाठी वापरले जाते. जगातील पातळीवर चीज खाण्याच्या प्रमाणात दर वर्षी तीन टक्के वृद्धी होत आहे. चीजमध्ये खूप विविधता आढळते. यात काही चीजच्या जातींमध्ये बनवण्याच्या पद्धतींमध्ये फार थोडा फरक आढळतो. अंगबांधणीतही मध्यम घट्ट ते अतिघट्ट असे अनेक प्रकार चीजमध्ये दिसून येतात.

▼▼

चीज हा मनुष्याच्या आहारातील खूप जुना पदार्थ. चीजचा शोध हा अचानक लागल्याचे संदर्भ आहेत. पूर्वी भटक्या जमाती या जनावरांच्या कातडी पिशव्यांमधून दूधजन्यपदार्थ, अतिरिक्त दुधाची वाहतूक करण्यासाठी वापरत. पिशवीतील उबदार वातावरणामुळे दुधातील लॅक्टोजवर प्रक्रिया होऊन दूध आंबून सतत हेलकाव्यामुळे दही व निवळी वेगळी व्हायची. पुरातन काळातील नोंदीमध्ये चीज हा ग्रीन आणि रोमन लोकांच्या आहारातील महत्त्वाचा घटक असल्याची नोंद आढळते. चीज बनवण्याची ही कला एका पिढीपासून दुसऱ्या पिढीकडे हस्तांतरित होत गेली. अठराव्या शतकापर्यंत चीज बनवणे हा शेतकऱ्यांचा महत्त्वाचा जोडधंदा होता. त्यानंतर संशोधनामध्ये जसे बदल होत गेले, त्याप्रमाणे चीज निर्मितीबाबतही अधिक संशोधन झाले.

भारतातील मागणी

- चीज हा भारतीयांसाठी परदेशी पदार्थ म्हणून ओळखला जातो. बहुतेक भारतीयांना सौम्य प्रकारच्या चवीचे चीज आवडते.
- भारतातील चीज मार्केट दोन प्रकारांत विभागले जाते.
- ग्राहकांसाठी आणि उद्योगासाठी : चेडार, प्रक्रिया केलेले चीज, चीज स्प्रेड, मोझारेला.
- उत्तम अभिरुची आणि चवीची जाण असलेल्यांसाठी : गौडा, इडाम, स्वीस, परमीसन, कॉटेज इत्यादी.
- नैसर्गिक चीज हे आहे त्या स्थितीत खाल्ले जाते किंवा दोन ब्रेड, बिस्किटमध्ये ठेवूनही खाण्यामध्ये वापरले जाते.
- म्हशीच्या दुधापासून तयार होणारे चीज : फेटा (ग्रीस), डोमेटी (इजिप्त), रास, मोझारेला चीज, क्युसो ब्लॅन्को (दक्षिण आणि मध्य अमेरिका)

- गाईच्या दुधापासून तयार होणारे चीज : मोझारेला, चेडार, गौडा इंमिनटल.

चीजमध्ये आहे विविधता

- चीज म्हणजे रेनेट किंवा त्यासारखे एन्झाईम (लॅक्टिक ॲसिडबरोबर) तसेच काही चांगले सूक्ष्म जिवाणू मिसळून नंतर बनवलेले दही कापून, त्यातील आर्द्रता काढून दाब देऊन तयार झालेल्या गोळ्याला आंबवून अथवा न आंबवून केलेला पदार्थ.
- जगातल्या एकूण दूध उत्पादनांपैकी ४० टक्के दूधाचे चीज बनवले जाते.
- जगातील पातळीवर चीज खाण्याच्या प्रमाणात दर वर्षी तीन टक्के वृद्धी होत आहे.
- विविध देशांत चीज बनवण्याच्या वेगवेगळ्या पद्धती आहेत. चीजमध्ये खूप विविधता आढळते. यात काही चीजच्या जातींमध्ये बनवण्याच्या पद्धतींमध्ये फार थोडा फरक आढळतो. बनवण्याच्या पद्धती आणि क्युरिंग करण्याचा वेळ यामुळे चव व सुगंधामध्ये खूप मोठा फरक आढळतो. अंगबांधणीतही मध्यम घट्ट ते अतिघट्ट असे अनेक प्रकार चीजमध्ये दिसून येतात.
- चीज खाण्यात वापरण्याच्या पद्धतीनुसार नैसर्गिक (आंबवलेले) चीज ३९ टक्के, प्रोसेस्डचीज १३ टक्के आणि कमी फॅट असलेल्या चीजचा वापर २० टक्के एवढा आहे

चीजच्या सर्वसाधारण श्रेणी

- आम्लाचा उपयोग करून साकळवून तयार केलेले कॉटेज, कॉर्ग, ड्रीम चीज
- उष्णता, तसेच आम्ल वापरून साकळवून तयार केलेले चीज : भारतीय पनीर, छन्ना, रिकोट्टा, रिक्वीसन
- अनरायपन (कच्चे असे) रेनेटने साकळवलेले : लॅटिन अमेरिकेचा काही भाग, मध्य पूर्वेकडील आणि युरोपियन प्रकार, क्युसो ब्लॅन्को – रेनेट क्युसो दिफ्रेअर आणि इटालियन चीज.
- मऊ रायपन : जास्त आम्लधर्मी : फेटा, कॅमेमबर्ट, ब्लू.
- मध्यम कठीण चीज : गौडा, इडाम, कॉल्बी, हावरटी, मॉंटॅसिओ
- कठीण चीज, कमी तापमान : चेडार, प्रोवोलोन, मोझारेला
- कठीण चीज, जास्त तापमान : स्वीस टाइप, इटालियन प्रकार

विविध दुग्ध पदार्थांचे जगातील उत्पादन (दशलक्ष टन)

पदार्थ	१९९८	१९९९	२०००	२००१	२००२
बटर	४.०७	४.१२	४.१२	४.११	४.१४
चीज	१४.१	१४.५	१४.९	१५.२	१५.५
स्कीम मिल्क पावडर	२.८३	२.९७	३.०३	२.९०	३.१०
होल मिल्क पावडर	२.७२	२.९७	३.०२	३.१६	३.२५
दूध	५६२	५६९	५७७	५८४	५९३१

वेगवेगळ्या चीजमधील घटक (प्रति १०० ग्रॅम)

चीजचा प्रकार	पाणी (ग्रॅम)	प्रथिने (ग्रॅम)	फॅट (ग्रॅम)	कोलेस्टेरॉल (मि.ग्रॅ.)	ऊर्जा (कॅलरी)
चेडार	३६	२५.५	३४.४	१००	४१२
गौडा	४०.१	२४	३१.०	१००	३७५
मोझारेला	४९.८	२५.१	२१.०	६५	२८९
प्रक्रिया केलेले चीज	४५.७	२०.८	२७	८५	३३०
फेटा	५६.५	१५.६	२०.२	७०	२५०

वेगवेगळ्या पदार्थांमध्ये चीजचा वापर

पदार्थ	उपयोग (टक्के)	पदार्थ	उपयोग (टक्के)
पिझ्झा	२६	स्नॅक्स	१७
टक्केसूप, सॉसेस, ड्रेसिंग	५	फ्रोझन एनर्जी	१४
बेक्ड गुड्स	११	अपेटायजर	७
पेट फूड	६	राइस नूडल्समिक्स	३
इतर	१		

चीजच्या वेगवेगळ्या प्रकारांचा मुरण्याचा कालावधी (रायपनिंग) (महिन्यांमध्ये)

चेडार टाइप चीज	६–१२	स्वीस चीज प्रकार	६–१२
प्रोवोलोन	१०–१२	परमिजियानो	२४–२८
ब्लूचीजचे प्रकार	३–४	रास	३–४
गौडा	१–२		

मोझारेला चीज

मोझारेला हा शब्द १५७० मध्ये बारटोलोमिओ स्कॅपी यांनी लिहिलेल्या पाकरचनेच्या पुस्तकात आढळतो. इतिहासकार मॉनसिगलोर अलिकॅड्री यांच्या *चिसा मेट्रोपॉलिटाना डिकापुआ* या पुस्तकातदेखील मोझारेला चीजचा संदर्भ आढळतो. यांनी असे नमूद केले आहे, की बाराव्या शतकात मोन्स्टरी ऑफ सेंट लोरिंझो इन कापुआ इथे भक्तांना पावाबरोबर 'मोझा' दिले जायचे.

असे आहे मोझारेला चीज

- या चीजचे सहजपणे तुकडे करता येतात. या चीजचा उगम इटली देशात झाला.
- पारंपरिक मोझारेला चीज हे म्हशीच्या दुधापासून बनवतात. याची चव, स्वादही विशेष लक्षणीय असतो.
- मोझारेला चीजचे एजिंग (तयार झाल्यानंतर मुरवत ठेवणे) करत नाहीत. तयार झाल्यानंतर लगेच आहारात वापरल्यास याची छान चव लागते.
- मोझारेला बनवण्याच्या पद्धतीला 'पास्ता फिलाटा' असे म्हणतात. म्हणजेच चीजसाठी तयार झालेल्या दह्याला पाण्यात किंवा निवळीत गरम करून लांब दोऱ्याप्रमाणे रबरासारखे ताणतात. ज्यात चीजची अंगबांधणी लवचीक होते.
- ताजे मोझारेला चीजचे गोळे पाण्यात, निवळीत किंवा मिठाच्या पाण्यात बुडवून ठेवतात.
- मोझारेला चीज हे मऊ, सौम्य आणि किंचित गोड-आंबट अशी एक भिन्न चव, स्वाद व रुची असलेला पदार्थ आहे.
- गाईच्या दुधापेक्षा म्हशीच्या दुधापासून निर्मित मोझारेला चीजला मागणी आहे.
- ताजे मोझारेला चीजचे गोळे (एक इंच व्यास) साधे किंवा वनौषधी, ऑलिव्ह तेलामध्ये भिजवून ठेवण्याच्या क्रियेला बोकोनसिनी म्हणतात.
- मोझारेला अफ्युमिकाटा म्हणजे धुरी दिलेले मोझारेला चीज होय.
- मॅनटेका म्हणजे ताज्या मोझारेला चीजला बटरच्या तुकड्याभोवती गुंडाळणे.
- मोझारेलामध्ये पुरण म्हणून ऑलिव्ह , सुकवलेले टोमॅटो, इतर वनस्पतीही वापरतात.

मोझारेला चीज तयार करण्याची पद्धत

- मोझारेला चीजनिर्मितीसाठी वापरण्यात येणारे दूध हे पाश्चराइज केलेले असावे. पाश्चराइज न केलेल्या दुधाचे चीज हे चांगले बनते, परंतु कायद्यानुसार चीजसाठी

पाश्चराइज्ड दूध असावे.

- पाच ते पंधरा अंश सेल्सिअस तापमानाचे ३० लीटर दूध घ्यावे.
- दुधात ०.०१ टक्का कॅल्शियम क्लोराइड मिसळावे. म्हणजे ३० लीटर दुधासाठी तीन ग्रॅम कॅल्शियम क्लोराइड मिसळावे.
- दुधात नंतर लॅक्टिक ॲसिड मिसळावे. (२०% लॅक्टिक ॲसिडचे द्रावण.)
- दुधात रेनेट मिसळावे. रेनेट जुने असेल तर जास्त प्रमाणात मिसळावे लागते. रेनेट नवीन असेल तर त्याची गरज ही अत्यंत कमी म्हणजे ०.७ ग्रॅम प्रति १०० किलो दुधास, इतकी असते.
- रेनेट अगोदर थोड्या पाण्यात (३० ते ५० मिली) मध्ये मिसळून दुधात मिसळावे.
- रेनेट दुधात टाकल्यानंतर दुधाचे तापमान १२ ते १५ अंश सेल्सिअस ठेवावे.
- नंतर पंधरा मिनिटांत दुधाचे तापमान ३५ अंश सेल्सिअसपर्यंत आणावे.
- नंतर दुधाचे दही होईल. त्या नंतर दही कडेचा भाग सोडायला लागते. दही कापण्यासाठी योग्य आहे की नाही, यासाठी सुरीने कापून बघावे.
- दही लागलेले असल्यावर वरती किंचित थोडे पाणी (निवळी) असेल तर ती चांगली गोष्ट आहे.
- दही कापण्यासाठी खास चीज नाइफ (सुरी) मिळते. ही सुरी दह्यावर गोलाकार आकाराने फिरवावी. म्हणजे एक सें.मी. आकाराचे दह्याचे तुकडे होतील व निवळी (व्हे) वेगळी निघेल.
- जर दही चांगले लागले नसेल, याचा अर्थ पाश्चरायझेशन तापमानयोग्य नसते. (दुधास ७३ अंश सेल्सिअस तापमानास तापवणे आवश्यक असते).
- दही कापल्यानंतर आम्लता (ॲसिडिटी) ०.४२% असावी.
- त्यानंतर पाण्यासकट (निवळी) शिजवावे. शिजवण्याच्या वेळेचे तापमान ४१ ते ४२ अंश सेल्सिअस एवढे हवे. मात्र एक अंश सेल्सिअस तापमान वाढवण्यासाठी २ ते ४ मिनिटे लागतात. अशा पद्धतीने तापमान वाढवावे.
- त्यानंतर निवळी काढून टाकावी.
- दह्याच्या बारीक तुकड्यात वजनानुसार २.५% मीठ शिंपडावे.
- मीठ शिंपडण्याअगोदर दह्याचे मोठे भाग सुरीने बारीक करून घ्यावेत.
- यानंतर मीठ शिंपडलेले थोडे दही वाटीत किंवा लहान भांड्यात घेऊन त्यात गरम पाणी (९० अंश सेल्सिअस) घ्यावे. एक मिनिट तसेच ठेवावे.
- नंतर दह्याचे तुकडे चमच्याने वा बारीक रॉडने हलवावेत. ते चमच्यास चिकटून रबरासारखे थोडे ताणले गेले म्हणजे स्ट्रेचिंग आले, असे समजावे.

मोझारेला चीजचे गोळे तयार केले जातात.

तयार दह्याला निवळीत गरम करून लांब दोऱ्याप्रमाणे रबरासारखे ताणतात.

- नंतर याच पद्धतीने जास्त दह्याचे तुकडे घेऊन पाण्यातून (९० अंश सेल्सिअस) काढून, ताणून गोळे बनवावेत. .
- गोळे मिठाच्या द्रावणात किंवा निवळीत बुडवून ठेवावेत.
- ॲसिड वापरताना ते फूड ग्रेड ॲसिड असावे.

हायड्रोक्लोरिक ॲसिड वापरून मोझारेला चीज तयार करण्याची पद्धत

- दूध गाळून घ्यावे.
- दुधाचे स्टँडर्डायझेशन करावे. (४ ते ५% फॅट)
- पाश्चरायझेशन करावे. (६३ अंश सेल्सिअस /३० मिनिटे, गाईचे दूध असेल तर आणि ६६ अंश सेल्सिअस/३० मिनिटे जर म्हशीचे दूध असेल तर).
- दूध थंड करावे (४ ते ८ अंश सेल्सिअस) किंवा १० अंश सेल्सिअसच्या खाली तापमान असावे.
- हायड्रोक्लोरिक ॲसिड मिसळावे. (२.५ ते ३.५ मिली/ लीटर दूध), यामध्ये गाईच्या दुधासाठी २.५ मिली प्रति लीटर दुधासाठी, म्हशीच्या दुधासाठी ३.७५ मिली प्रति लीटर दुधासाठी. म्हणजेच ४० मिली सौम्य केलेले हायड्रोक्लोरिक ॲसिड चार लीटर गाईच्या दुधासाठी आणि ६० मिली सौम्य केलेले हायड्रोक्लोरिक ॲसिड चार लीटर म्हशीच्या दुधासाठी वापरावे.
- यानंतर दूध ठरावीक तापमानास गरम करावे. २७ अंश सेल्सिअस म्हशीच्या दुधासाठी

आणि २८ अंश सेल्सिअस मिश्र दुधासाठी आणि २९ अंश सेल्सिअस गाईच्या दुधासाठी ठेवावे. हे तापमान काटेकोरपणे पाळावे.

- दुधात रेनेट मिसळावे. सामू ५.४ ते ५.६ ठेवावा. नंतर रेनेट ०.५ ते ०.७ ग्रॅम प्रति १०० लीटर दुधासाठी मिसळावे.
- रेनेट मिसळून १० ते १५ मिनिटे थांबावे.
- यानंतर लागलेल्या दह्याचे काप करावेत. यासाठी ठरावीक प्रकारच्या चीज नाइफ (सुरी) असतात.
- यानंतर चीज तयार करण्यासाठीच्या भांड्यामध्ये दही आणि निवळी असेल. अशा स्थितीत हे मिश्रण शिजवावे. यासाठीचे तापमान काटेकोरपणे पाळावे. म्हशीच्या दुधासाठी ३७ अंश सेल्सिअस, मिश्र दुधासाठी ३८ अंश सेल्सिअस आणि गाईच्या दुधासाठी ३९ अंश सेल्सिअस तापमान ठेवावे.
- मिश्रण शिजवताना हळूहळू ढवळत राहावे. हळूहळू ढवळत असताना मिश्रणाचे तापमानदेखील सतत पाहत राहावे. तापमान वाढू देऊ नये. ठरावीक तापमानास १५ ते २० मिनिटे शिजवावे.
- मिश्रण नीट व हळुवारपणे न ढवळल्यास दह्याचे छोटे गोळे एकत्र येतात. अशा वेळेस धारदार सुरीने ते गोळे भांड्यामध्येच कापावेत.
- या वेळेस निवळी वरती आली असेल आणि दह्याचे गोळे खाली राहिले असतील तर मिश्रण ढवळून घ्यावे.
- वरील ठरवलेले तापमान (३७/३८/३९ अंश सेल्सिअस) ३० मिनिटांच्या कालावधीत येईल असे पाहावे.
- यापुढची पायरी म्हणजे दह्याचे स्ट्रेचिंग करणे. यासाठी दही व्यवस्थित आहे की नाही तपासण्यासाठी छोट्या भांड्यात गरम पाणी घेऊन (६० ते ६५ अंश सेल्सिअस) साधारण ५० मिली दह्याचे एक किंवा दोन छोट्या गोळ्यांचे एकत्रीकरण करून स्ट्रेचिंग करावे.
- नंतर भांड्यातून निवळी गाळून घ्यावी.
- दह्याच्या गोळ्यांचे स्ट्रेचिंग करून लहान गोळे तयार करावेत.

मोझारेला चीज	**पिझ्झा चीजसाठी**
६० टक्क्यांपेक्षा जास्त आर्द्रता नको.	५४ टक्क्यांपेक्षा जास्तआर्द्रता नको.
३५ टक्क्यांपेक्षा कमी फॅट (ड्राय बेसिस) नको.	३५ टक्क्यांपेक्षा कमी फॅट नको.

१०० ग्रॅम मोझारेला चीज (खाण्याचा भाग) मधील पौष्टिकता

ऊर्जा	१२५० कि.ज्यू./ ३०० कि. कॅलरी
प्रथिने	२२ ग्रॅम
स्निग्धांश (फॅट)	२२ ग्रॅम
कार्बोहायड्रेट	२.२ ग्रॅम
एकूण साखर	१.० ग्रॅम
कॅल्शिअम	५०० मि.ग्रॅ.
फॉस्फरस	३५० मि.ग्रॅ.
पोटॅशिअम	७६ मि.ग्रॅ.
सोडिअम	६३० मि.ग्रॅ.

- तयार झालेले गोळे थंड पाण्यात १०–१५ मिनिटे बुडवून ठेवावेत.
- नंतर गोळे २०–२२% मिठाच्या द्रावणात चार ते पास तास ठेवावेत.
- यानंतर पॅकिंग करून साठवणूक करावी.
- राष्ट्रीय डेअरी संशोधन संस्था आणि आनंद कृषी विद्यापीठाने विरजण पद्धत आणि लॅक्टिक ॲसिड, हायड्रोक्लोरिक ॲसिड, ॲसिटिक ॲसिड मिसळणे, या दोन्ही पद्धतींमध्ये संशोधन करून वेगळ्या पद्धती विकसित केल्या आहेत. यामध्ये फूड ग्रेड ॲसिड वापरावे.

विविध राज्यांतील पारंपरिक दुग्धपदार्थांच्या कृती

▲▲

आपल्याकडे विविध राज्यांतील संस्कृती, परंपरेचा विविध दुग्धपदार्थांवर प्रभाव दिसतो. भारतातील पारंपरिक दुग्धपदार्थांपैकी छन्ना पोडो, कुंदा, कच्चा गोला, फिरनी यांसारख्या पदार्थांना देशभरातील बाजारपेठेत मागणी वाढते आहे. ही बाजारपेठ लक्षात घेता परराज्यातील दुग्धजन्य पदार्थांची निर्मिती करणे आपल्याला शक्य आहे.

▼▼

आपल्या देशात राज्याराज्यांनुसार विविध अन्नपदार्थांची फार मोठी परंपरा आहे. पारंपरिक पदार्थांचा उत्तम स्वाद, चव, सौंदर्य व पोषकता यामुळे शरीरास आणि मनासही एक प्रकारची तृप्तता मिळते. या अन्नपदार्थांत दुग्धपदार्थांचा मोठा समावेश आहे. पारंपरिक दुग्धपदार्थांपैकी काही पदार्थ मोठ्याप्रमाणावर उत्पादित होऊ लागले आहेत.

विविध राज्यांतील दुग्धजन्य पदार्थ

दुग्धपदार्थ बनवण्याची वेगवेगळी पद्धत, दुधाचे प्रकार, त्यातील घटकाचे प्रमाण, पदार्थात वापरल्या जाणाऱ्या वेगवेगळ्या घटकांमुळे प्रादेशिक दुग्धपदार्थांत वैविध्य आढळते. भारतातील अनेक राज्यांत विविध भागांत दुधापासूनच्या अनेक प्रकारच्या मिठाया प्रसिद्ध आहेत. काही मिठाया त्या त्या भागात प्रसिद्ध असून, त्या संपूर्ण भारतात क्वचितच लोकप्रिय आहेत. हा एक मोठा पारंपरिक खजिनाच आपल्याजवळ आहे. अशा काही मिठाया, उदाहरणार्थ, दक्षिण भारतातले पायसम (त्याचे प्रकार उदाहरणार्थ, पलाड पायसम, खसखस पायसम, विविध डाळींपासूनचे पायसम), दहीभात, कढी, कलान इत्यादी पदार्थ. उत्तर भारतातील पूर्व राज्यांतील अनेक मिठाया, मिष्टी दही किंवा छन्नापासून बनवण्यात येणारा राजभोग, चमचम, संदेश, छन्ना मुरकी, खीरमोहन इत्यादी मिठाया अजूनही अनेक भागांतील लोकांना माहीत नाहीत. तसेच गुलाबजामुनसारखेच असणारे, परंतु थोडे वेगळे प्रकार उदाहरणार्थ, पंतुआ, लालमोहन, कालाजामून, खवा जिलेबी, छन्ना जिलेबी, छन्ना बारा, सीताभोग इत्यादी पदार्थ, ओडिशात प्रचलित असलेला छन्ना पोडो, कर्नाटकात खव्यासारखाच, पण थोडा वेगळा पदार्थ कुंदा, इत्यादी अनेक दुग्धपदार्थांची तोंडओळख होणे गरजेचे आहे.

वरील सर्व पदार्थ जेथे प्रचलित नाहीत, तेथे नवीन पदार्थ म्हणून विकता येतील किंवा वरील पदार्थांत स्थानिक पातळीवर मूल्यवर्धन करून एखादा वेगळा पदार्थ ग्राहकांना देता येईल. असे झाल्यास अनेक प्रकारचे वैविध्य जपता येईल व चांगले, पौष्टिक, पारंपरिक दुग्धपदार्थ टिकून राहतील.

फिरनी

- फिरनीला खिरीचाच एक प्रकार म्हणता येईल. दूध, भाताची पेस्ट आणि साखर वापरून फिरनी तयार करतात. मुघलांनी हा पदार्थ भारतात आणल्याचा दाखला दिला जातो. काश्मीर खोऱ्यातील हा पदार्थ आहे. शिखोरा (मातीचे भांडे)मध्ये हा पदार्थ खाण्यास दिला जातो. पदार्थावर चांदीचा वर्खदेखील लावतात.
- हैदराबादमध्ये फिरनी तयार करताना अननसाचे बारीक तुकडे मिसळतात. त्यास गिले–फिरदौस असे म्हणतात.
- फिरनी तयार करण्यासाठी बासमती तांदूळ वापरतात. तांदूळ धुऊन, भिजवून नरम करून ते मिक्सरमधून काढून पेस्ट तयार केली जाते. एक लीटर दुधास १०० ग्रॅम भात वापरला जातो. साधारणपणे १५% साखर वापरतात. दूध (६% फॅट) २ ते ५ मिनिटे चांगले उकळवले जाते.
- दूध भांड्यास लागू नये म्हणून सातत्याने ढवळावे लागते. उकळल्या दुधात भाताची पेस्ट मिसळली जाते. या प्रक्रियेदरम्यानदेखील दूध सतत ढवळत राहावे लागते. त्या नंतर त्यामध्ये साखर मिसळली जाते. आपल्याला हवा असलेला घट्टपणा येईपर्यंत हे मिश्रण ढवळावे लागते. त्यानंतर तयार झालेली फिरनी छोट्या मातीच्या भांड्यात भरून रेफ्रिजरेटरमध्ये चार अंश सेल्सिअस तापमानास ठेवली जाते. फिरनी तयार करताना केसर, वेलचीचादेखील वापर केला जातो.

कुंदा

- हा दुग्धपदार्थ उत्तर कर्नाटकातील आहे. विशेषत: बेळगाव जिल्ह्यात हा पदार्थ खूप प्रसिद्ध आहे. अर्ध घन प्रकारचा हा पदार्थ दूध आटवून, त्यात साखर मिसळून बनवला जातो. साखरेमुळे त्यात तपकिरी रंगाची छानशी छटा येते.
- राष्ट्रीय डेअरी संशोधन संस्थेच्या अडुगोडी (बेंगलूरू) येथील उपसंस्थेत या

पदार्थनिर्मितीवर अभ्यास झाला आहे.

- कुंदा या पदार्थाचा रंग हलकासा तपकिरी ते तपकिरी असा दिसतो. घनरूपी फॅट (दुधातील) पदार्थाच्या पृष्ठभागावर दिसते. गडद तपकिरी रंगाचा पदार्थ हा जास्त काळ टिकतो तर फिक्कट तपकिरी रंगाचा पदार्थ कमी वेळ टिकतो.
- मऊ अंगबांधणीचा, मऊ कणीदार असा हा पदार्थ दोन बोटांत दाबला असता तेलकट फॅट बोटांना जाणवते, शिवाय चिकटपणाही जाणवतो. याची गोड, आल्हाददायक चव असते.
- म्हशीचे दूध कुंदा तयार करण्यासाठी वापरतात. खव्यात २० ते २५% साखर मिसळून मंद आचेवर गरम करतात. यामुळे फॅटमधील तेलकटपणा बाहेर येतो. या वेळी संलग्न असा लहान गोळ्यांचा मावा ट्रेमध्ये घेऊन थंड करतात. याला छानसा आल्हाददायक कॅरमल (जळालेल्या साखरेसारखा) सुगंध येतो.
- बेळगावमधील मिठाईच्या दुकानातील पद्धतीनुसार दूध एक अष्टमांश भाग येईपर्यंत आटवून पेस्टसारखी घट्ट अंगबांधणी आल्यावर त्यात साखर मिसळून सोनेरी, तपकिरी रंग येईपर्यंत गरम करतात. यात एक कप दहीदेखील मिसळतात. कुंदा तयार करताना केशर, व्हॅनिला सुगंध, सुकामेवा इत्यादीदेखील चवीनुसार मिसळला जातो. कुंदा म्हणजे साखर मिसळलेला; परंतु जास्त आर्द्रतेचा जणू खवाच होय. बाजारात उपलब्ध हलक्या तपकिरी रंगाचा कुंदा हा २९ अंश सेल्सिअस तापमानास चार दिवस टिकतो; तर गडद तपकिरी रंगाचा कुंदा १२ दिवस चांगल्या या स्थितीत राहतो. एलडीपीईच्या फिल्ममध्ये (६५ मायक्रॉन) व्हॅक्युम पॅक केले असता २९ अंश सेल्सिअस तापमानास हलक्या तपकिरी रंगाचा कुंदा १२ दिवस, तर गडद तपकिरी रंगाचा कुंदा २० दिवस टिकतो. रेफ्रिजरेशन तापमानाला (५–८ अंश सेल्सिअस) कुंदा २ ते ३ महिने टिकतो.
- **बेळगाव बाजारपेठेमध्ये मिळणाऱ्या कुंद्यातील घटकांचे प्रमाण :** एकूण घनता : ७३ ते ७५% , स्निधांश १५ ते १७.२५%, प्रथिने १०.१ ते १०.७५%, साखर २५.६ ते २७.९%, दुग्धशर्करा १५.७ ते १५.९%

बाल मिठाई

- कुमाऊ हिल्स, उत्तरांचल या ठिकाणची ही मिठाई प्रसिद्ध आहे. पारंपरिक उत्सवामध्ये देवतांसाठी या मिठाईचा प्रसाद दाखवला जातो.
- गडद तपकिरी रंगाचा, चघळावा लागणारा, चिकट असा हा पदार्थ आहे. गाईच्या किंवा म्हशीच्या दुधापासून हा पदार्थ बनवतात.

- लाकडाच्या मंद आचेवर जोपर्यंत गडद तपकिरी रंग येत नाही तोपर्यंत दूध आटवून हा पदार्थ तयार करतात. कमी आर्द्रता आणि जास्त साखरेच्या प्रमाणामुळे जास्त काळ हा पदार्थ टिकतो.
- आटवून जो घन पदार्थ मिळतो त्यास चॉकलेट म्हणतात. थंड करून त्याचे लहान लहान तुकडे करतात. जर हे चॉकलेट सफेद मार्बलसारख्या साखरेने सुशोभित केले तर त्यास यास बाल मिठाई म्हणतात.
- दुसऱ्या पद्धतीत खवा मंद आचेवर तपकिरी होईपर्यंत परतवून घेतात. साखर मिसळून पुन्हा मिश्रण गरम करतात. नंतर तूप लावलेल्या ट्रेमध्ये हे मिश्रण ओतून थंड करतात.
- नंतर हा पदार्थ साखरेच्या या गोळ्यांबरोबर फिरवून घेतल्यामुळे मार्बलसारखा दिसतो.

छन्ना पोडो

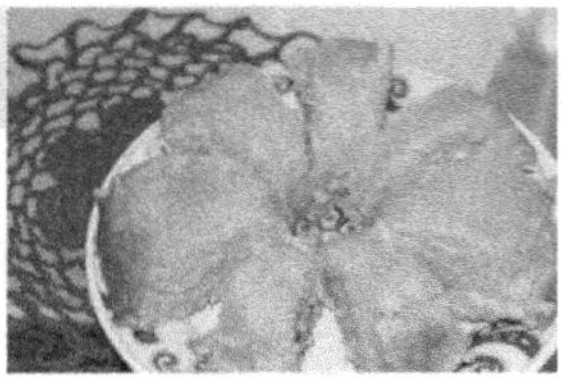

- ओडिशा राज्यातील हा दुग्धपदार्थ प्रसिद्ध आहे. जगन्नाथाला प्रसाद म्हणून या पदार्थांचा नैवेद्य दाखवला जातो.
- हा दुग्धपदार्थ बेकिंग करून तयार करतात. हा पदार्थ बनवण्यासाठी छन्ना, रवा आणि साखर हे घटक लागतात. काही ठिकाणी मैद्याचादेखील वापर करतात.
- ओरिया भाषेत पोडो म्हणजे जळणे. ज्याचे बेकिंगशी साधर्म्य आहे. राष्ट्रीय डेअरी विकास मंडळाने या पदार्थाच्या निर्मितीचे तंत्रज्ञान आणि मोठ्या स्तरावर पदार्थ निर्मितीसाठी यंत्र विकसित केले आहे.
- छन्ना पोडोत वेलची आणि लवंगचा वापर पदार्थास रूची आणण्यासाठी केला जातो. छन्ना पोडोचे वैशिष्ट्यपूर्ण गुणविशेष हे पदार्थ करण्यासाठी वापरल्या जाणाऱ्या कच्च्या मालाचा स्तर, दर्जा, बेकिंगची पद्धत यानुसार बदलतात.
- पदार्थ तयार करताना छन्ना, साखर, मैदा (किंवा रवा) याबरोबर सुका मेव्याचे तुकडे, वेलची, लवंग इत्यादींचा वापर होतो.
- छन्ना, साखर (२५%), मैदा (५%) हे घटक घेऊन साखर एकत्र होईपर्यंत मळून हा कणकेसारखा गोळा पॅनमध्ये दोन सें.मी.पर्यंत भरून २०० अंश सेल्सिअस तापमानास ६५ मिनिटे शिजवतात.
- या पदार्थांचा रंग हा क्रिमी सफेद ते हलकासा तपकिरी असतो. जवळपास केकसारखी याची अंगबांधणी आणि पोत असतो.
- ओडिशा राज्यातील बाजारपेठेमध्ये छन्ना पोडो हा तपकिरी रंगाचा आढळतो. या पदार्थाची अंगबांधणी ढिली, घट्ट, पेस्टी (pasty), टणक, स्पंजसारखी अशी विविध

प्रकारे आढळते.

- **छन्नापोडोतील घटकांचे प्रमाण :** आर्द्रता ३० ते ३३%, स्निग्धांश २१ ते २३%, प्रथिने १५ ते १७%, साखर १८ ते २१%, राख ०.१ ते ०.३%, पिष्टमय पदार्थ (स्टार्च) ६ ते ८%.

सुरती पनीर

- भारतात पनीरला भारतीय चीज म्हणूनही ओळखतात. सुरती पनीर हे एक मऊ प्रकारचे चीजच आहे.
- हा पदार्थ क्रूड रेनेट, मिठाचा वापर करून निवळीमध्ये भिजत ठेवतात.
- सहा फॅटचे दूध घेऊन ते पाश्चराइज्ड करून ३५ अंश सेल्सिअस तापमानापर्यंत आणावे.
- भांड्यात ३५ अंश सेल्सिअस तापमानाचे दूध घेऊन त्यात ०.५% चांगल्या गुणवत्तेचे विरजण मिसळून दूध ढवळून घ्यावे. यानंतर रेनेट मिसळावे. रेनेटची मात्राही साधारणपणे ६ ते ७ मिली प्रति १०० लीटर दुधास ठेवावी. रेनेट मिसळल्यानंतर साधारणपणे ६० मिनिटांनंतर तयार झालेल्या दह्याचे सुरीच्या साहाय्याने काप पडले पाहिजेत इतकी रेनेटची मात्रा असावी.
- रेनेट मिसळल्यानंतर दही जमण्यासाठी वेळ द्यावा. हे करत असताना मात्र तापमान ३५ अंश सेल्सिअस एवढे नियंत्रित करावे.
- यानंतर दही पळीने काढून बांबू बास्केटमध्ये काढून घ्यावे. त्याअगोदर बास्केट कढत पाण्यातून काढून १०% मिठाच्या कोमट पाण्यात १० मिनिटे ठेवावी, नंतर त्यावर थोडे मीठ पसरवावे.
- बास्केटमध्ये टाकलेल्या दह्याच्या प्रत्येक थरानंतर त्यावर मिठाचा शिडकावा करावा.
- जेवढा थर आहे, त्याच्या ४ ते ५% मीठ घ्यावे. यानंतर निवळी निघून जाण्यासाठी बास्केट तशीच ठेवून द्यावी.
- साधारणपणे ५० ते ६० मिनिटांनी चीजचे (दह्याचे) मोठे तुकडे घट्ट होतात. सर्व तुकडे परतवून (खाली–वर करणे किंवा उलटे करणे) घ्यावेत. साधारण ३० ते ४० मिनिटांनी पुन्हा ही क्रिया करावी.
- निथळणारी निवळी खाली भांड्यात गोळा करावी. यानंतर चीजचे तुकडे बास्केटमधून काढून निवळीत टाकावेत. निवळीत ते १२ ते ३६ तास भिजत ठेवतात. भिजत ठेवल्यामुळे घट्टपणा येऊन कुठल्याही भेगा आतमध्ये दिसत नाहीत.
- याची चव थोडीशी खारट, थोडीशी आंबट, दह्यासारखी असते.

विविध राज्यांतील प्रसिद्ध पदार्थ

पदार्थ	प्रदेश	पदार्थाचे थोडक्यात वर्णन
कच्चा गोला	बंगाल, बांगलादेश (नाटोर जिल्हा)	बंगालमधील संदेशसारखा पदार्थ; परंतु जास्त आर्द्रता, रवाळ पोत, गोड आल्हाददायक चव.
धारवाडी पेढा	धारवाड, कर्नाटक	मऊ, तपकिरी रंग, बारीक कणांचा, पिठीसाखेचा थर दिला जातो.
सेकरम	सिक्कीम, अरुणाचल प्रदेश, नेपाळ, तिबेट	ताकापासून, उकळून पाणी काढून घेऊन जो घन पदार्थ उरतो तो सेकरम. लगेच खाल्ला जातो किंवा अनेक महिने नैसर्गिकरित्या आंबवण्यासाठी ठेवतात.
साटोरी	मराठवाडा	खव्यात साखर मिसळून गोळ्यात रवा भरून तो तळून घेतात. तपकिरी लालसर रंग
कराड खीर	महाराष्ट्र	भाजलेली करडई, दूध, तांदूळ वापरून बनवलेली खीर
माही/ मोही	सिक्कीम	ताकासारखेच परंतु जास्त फॅट, नैसर्गिकरित्या आंबवलेला पदार्थ (लॅक्टिक ॲसिड बॅक्टेरिया).

छन्ना गाजा

- छन्ना मळून तो ५०% साखर, मैदा आणि रव्यासोबत एकत्र करतात.
- सर्व सामग्रीयुक्त मळलेल्या गोळ्याला लहान चेंडूसारखा आकार देऊन घट्ट पाकामध्ये गडद तपकिरी रंग येईपर्यंत शिजवतात.

छन्ना छिली

- छन्ना वापरून तयार केलेला हा पदार्थ ओडिशा राज्याच्या भुवनेश्वर येथील निमपारा भागात प्रसिद्ध आहे.
- या पदार्थासाठी छन्ना, मैदा, रवा एकत्र करून मळून घेतात. साधारणपणे ३० मि.मी. व्यासाचे गोळे करून तेलात चांगले तळावेत.
- हलकासा सोनेरी तपकिरी ते गडद तपकिरी असा रंग तळल्यानंतर येतो. साखरेच्या

पाकात नंतर हे गोळे टाकून त्यावर बारीक बारीक साखरेचे गोळे तयार होऊ देतात. यामुळे पदार्थाचा पोत करकरीत असा मिळतो.

कलारी

- उत्तर भारतातील जम्मू भागात डोग्रा जमातीत हा पदार्थ खूप प्रसिद्ध आहे. बहुतेक वेळा हा पदार्थ तयार केल्यानंतर त्यावर मीठ, काळी मिरी, लाल तिखट टाकून तळून घेतात.
- चार ते पाच टक्के फॅट व ८.८% एस.एन.एफ.चे दूध उकळावे. साधारणपणे ७० ते ७५ अंश सेल्सिअस तापमानास खाली आणावे. या तापमानास थोडी लस्सी (आपोआप आंबवलेली) मिसळावी.
- दुधात लस्सी मिसळून मिश्रण एकत्र करतात. यामुळे दूध साकळले जाते आणि निवळी मिळते. साकळलेला भाग वेगळा घ्यावा. या भागाचे २ ते ३ सें.मी. व्यासाचे गोल गोळे बनवावेत. नंतर हे गोळे चपटे करावेत. चपटे केलेले गोळे कापडावर ठेवून सावलीत वाळत ठेवावेत. त्यानंतर सूर्यप्रकाशाखाली हे गोळे तीन दिवस वाळवावेत. याच प्रक्रियेदरम्यान चिजी स्वाद, सुगंध तयार होतो.
- जम्मू दूध सहकारी संघामार्फत हा पदार्थ तयार करून वितरित केला जातो.
- **कलारीमधील घटक :** फॅट (स्निग्धांश) : २९.७%, प्रोटिन (प्रथिने) : २४.९%, आर्द्रता : ४३.२%, राख (ॲश) : १.७%, दुग्धशर्करा (लॅक्टोज) : ०.४%

सेविया

- हा एक खिरीचाच प्रकार आहे. सेविया हा पदार्थ मुख्यत: ईदच्या वेळेस बनवला जातो. वेगवेगळ्या प्रांतांनुसार याच्या निर्मितीमध्ये बदल दिसतात.
- भाजलेल्या शेवया दुधात शिजवून हा पदार्थ तयार करतात. उत्तर भारतात जाड प्रकारच्या शेवया वापरल्या जातात.
- पारंपरिक पद्धतीने पदार्थ तयार करताना २२५ ग्रॅम शेवया, ६०० मिली दूध आणि २२५ ग्रॅम साखर हे घटक लागतात.
- वेलची आणि लवंग भाजल्यानंतर बारीक करून तूप गरम असताना मिसळतात, यानंतर शेवया मिसळल्या जातात.
- या प्रक्रियेदरम्यान शेवया तुटू नयेत याची काळजी घ्यावी. दूध मिसळून मिश्रण एकत्र करतात.
- भांड्यावर झाकण ठेवून मिश्रण मंद आचेवर दहा मिनिटे ठेवावे, मधूनमधून मिश्रण

ढवळावे. दूध आटवल्यानंतर साखर, बदाम, पिस्ता यांचे काप, गुलाबपाणी मिसळावे.

- सेविया हा पदार्थ थंड किंवा गरम स्थितीत खाल्ला जातो. या पदार्थावर चांदीचा वर्ख टाकून सुशोभित करतात.

राजभोग

- हा रसगुल्ल्यासारखाच पदार्थ आहे.
- राजभोगचा आकार रसगुल्ल्यापेक्षा दुप्पट असतो, ज्याचा व्यास ५०–६० मि.मी. एवढा असतो.
- छन्ना मळताना केशर मिसळल्यामुळे आकर्षक असा हलकासा सोनेरी पिवळसर रंग येतो.
- यासारखाच दुसरा पदार्थ म्हणजे कमालभोग, यामध्ये संत्र्याचा वापर करतात.
- राजभोग तयार करताना छन्ना मळून घेतात, त्यात केशर मिसळतात. हाताने लहान लहान गोळे बनवले जातात.
- गोळे तयार करताना मधोमध मनुका किंवा सुकामेव्याचा एखादा तुकडा टाकतात. ५०% साखरेच्या उकळत्या पाकात गोळे उकळून घेतात. यानंतर पाकातून काढून घेऊन ते सिल्व्हर फॉईलमध्ये गुंडाळतात.

सीताभोग

- या पदार्थासाठी म्हशीच्या दुधापासून तयार केलेला छन्ना वापरावा.
- मैदा आणि छन्ना एकत्र करून पेस्टसारखे बारीक करून घ्यावे.
- तयार केलेला पेस्टसारखा भाग चाळणीतून काढून नूडल्ससारखे धागे तयार करावेत.
- यानंतर ते शुद्ध तेलातून तळून साखरेच्या पाकात टाकावेत.

थिरातुप्पल

- तमिळनाडू आणि केरळात हा पदार्थ प्रसिद्ध आहे. हा पदार्थ मुख्यत: घरी बनवला जातो.
- हा पदार्थ जवळपास पेढ्यासारखाच आहे. फक्त त्याची अंगबांधणी, पोत हा रेतीसारखा असतो.
- या पदार्थासाठी दूध थोडे आटवून त्यात दोन चमचे आंबट दही मिसळले जाते, त्यानंतर साखर मिसळून दूध पुन्हा आटवले जाते.

- म्हशीचे दूध कढईत घेऊन मंद आचेवर ते सतत ढवळत राहावे, दूध अर्धे आटवले गेल्यावर आंबट दही ०.१% (दुधाच्या वजनानुसार) मिसळावे. नंतर दूध हे अर्धे घन होईपर्यंत आटवावे.
- या काळात आल्हाददायक सुगंध (जळलेल्या साखरेसारखा) आणि बारीक रेतीसारखा आकार मिळेल. हवी असलेल्या अंगबांधणीपर्यंत आटवल्यावर पिठीसाखर आणि गुळाची पावडर ३:१ या प्रमाणात मिसळावी. हे मिश्रण पुन्हा मंद आचेवर गरम करावे. नंतर कढई गॅसवरून काढून घ्यावी.
- त्यात वेलची (०.०१%) थोडेसे बोरनिमोल (खाण्याचा कापूर) मिसळावा. यानंतर हलकेसे तूप हाताच्या तळव्यांना लावून गोलाकार लहान गोळे बनवावे. सदरचे गोळे १५ ते २० ग्रॅमचे असावेत किंवा गोळ्यांना हवा तो आकार द्यावा.

खुरचन

- हा दुधापासून आटवून तयार केलेला गोड पदार्थ आहे. उत्तर प्रदेशामध्ये लहान स्तरावर हा पदार्थ तयार केला जातो.
- पारंपरिकरीत्या खुरचन हे म्हशीच्या दुधापासून बनवतात. या पदार्थाचा रंग हा सफेद ते हलकासा क्रिमी असा आहे.
- याची अंगबांधणी ही दुधाच्या घन पदार्थाचे थर असलेली अशी असते.
- म्हशीचे दूध मंद आचेवर गरम करावे. दूध कढईत जास्त न ढवळता आटू द्यावे. ज्या तापमानावर (कमी–जास्त) आपण दूध आटवत आहोत, त्यानुसार शेवटी पदार्थास रंग येतो.
- जास्त तापमानावर लवकर दूध आटवल्यास सफेद रंग येतो आणि कमी तापमानावर हळू आटवल्यास पदार्थास तपकिरी रंग येतो.
- जेव्हा जवळपास ८०% पाणी निघून जाते, तेव्हा कढई थंड करण्यास ठेवावी.
- पदार्थ थंड झाल्यानंतर पातळ असे घन पदार्थाचे एकत्र थर आढळतात. यानंतर ५% पिठीसाखर (दुधाच्या वजनानुसार) मिसळावी. पिठीसाखर लगेचच विरघळते
- **खुरचनमधील घटक :** आर्द्रता : २२.८–२७.२%, स्निग्धांश : २२.६–२४.४%, प्रथिने : १४.६–१६.२%, दुग्धशर्करा : १४.१–१५.३%, सुक्रोज : १८.१–१८.५%, एकूण घनता : ७२.८–७७.२

कलाकंद

किंचित गोड आंबट अशी मिश्र चव असणारा अस्सल देशी पदार्थ आजही ग्रामीण भागात आपला प्रभाव टिकवून आहे.

कृती : दूध उकळावे. दूध जवळपास अर्धे आटवल्यानंतर दुधात सायट्रिक ॲसिड टाकणे (०.१ टक्का). दूध कढईत ढवळावे. दूध थोड्या प्रमाणात साकळेल. दूध कढईला लागू न देता उकळावे. साखर टाकावी (दुधाच्या सात टक्के). दाणेदार खव्यासारखी घट्ट ओलसर अंगबांधणी झाल्यावर गॅस बंद करावा. थोडे तूप पसरवलेल्या ताटात कलाकंद पसरवून घ्यावे. काजू, बदाम काप, चांदीचा वर्ख लावावा.

(**टीप :** दूध उकळल्या नंतर सायट्रिक ॲसिड टाकल्यास शेवटी कलाकंद ओलसर दिसतो. म्हणून दूध थोडे आटवल्यानंतर सायट्रिक ॲसिड टाकल्यास कलाकंदची अंगबांधणी उत्तम व चांगली होते.)

खवा जिलेबी

जिलेबी हा सर्व स्तरांतील लोकांना ज्ञात असलेला, वेगवेगळ्या प्रसंगी खाल्ला जाणारा पदार्थ आहे. कमी किमतीतील गोड, खुसखुशीत अंगबांधणी असलेला पदार्थ बहुतांशी सगळ्यांना आवडतो. खवा जिलेबी महाराष्ट्रातील अनेक शहरांत बनवली जाते. दोन किंवा चार वेटोळे असलेली, तपकिरी रंगाची, (किंचित) ओलसर अशी असते. खवा जिलेबीसाठी खवा थोडा ओलसर करून घेतात. त्यात कधी कधी थोडे तूप घालून खवा आणखी मऊ करून घेतात. खवा जिलेबीसाठी सगळ्यात महत्त्वाचे म्हणजे घट्ट, सैलसर मिश्रणासाठी खवा, आरारूट पावडर आणि टोकीर पावडर घेऊन वरील मिश्रण बनवतात. काही हलवाई थोडे दही आणि साखरही टाकतात. खवा हा मुख्य कच्चा माल म्हणून व आरारूट पावडर इतर घटकांना बांधून ठेवणारा पदार्थ म्हणून, तर टोकीर पावडर साखरेचा पाक जिलेबीमध्ये धरून ठेवण्यास मदत करतो.

खवा जिलेबीमधील घटक : आर्द्रता : १७.४६–३४.०४ टक्के, फॅट : ९.८६–१८.३६ टक्के, प्रथिने : ५.५०–९.७६ टक्के, लॅक्टोज (दुधातील साखर) : १०.५६–१३.९ टक्के, सुक्रोज : १८.५६–२७.४ टक्के

कृती : खवा एकजीव करून मऊ करून घेणे, थोडे तूप घालून खवा मऊ करून घेणे, आरारूट पावडर टाकणे

मळणे : टोकीर पावडर पेस्ट करून टाकणे, मळणे, एकत्र करणे, सैलसर मिश्रण तयार करणे, छिद्र असलेल्या कापडातून जिलेबी मिश्रण तुपात तळण्यासाठी सोडणे, साखरेच्या पाकात जिलेबी टाकणे.

पायसम

हा दक्षिण भारतातील पारंपरिक दुग्धपदार्थ असून, तो लग्न, सण, विविध समारंभांदरम्यान तयार केला जात असतो. बनवण्याच्या पारंपरिक पद्धतीनुसार, पायसमचे बरेच प्रकार आहेत. त्यामुळे यातील घटकांच्या प्रमाणात खूप तफावत आहे. एकूण घनता ३०.९ ते ५१.९ टक्के इतकी, तर सुक्रोज १७.७ ते ३२ टक्के आढळते. पायसम २५–३० अंश सेल्सिअस तापमानास एक ते दोन दिवसच टिकू शकते. पाश्चराईझ केलेल्या टोन्ड दुधामध्ये (तीन टक्के फॅट आणि आठ टक्के एस.एन.एफ.) साखर टाकून आटवून घेतले जाते. तांदळापासून बनवलेले लहान तुकडे (फ्लेक्स) ९० अंश सेल्सिअस तापमानाच्या पाण्यात दहा मिनिटे ठेवून नंतर धुऊन घेतात. गरम करून पाऊचमध्ये आटवलेल्या दुधासकट भरतात.

कुल्फी

कुल्फी हा दुग्धपदार्थ उन्हाळ्यात सर्व स्तरांतील लोकांमध्ये आवडता आहे. उन्हाळ्यात कुल्फीचा खप मोठ्या प्रमाणात वाढतो. काही प्रेक्षणीय स्थळांवर कुल्फीला वर्षभर मागणी असते.

कृती : दूध (चार टक्के फॅट आणि २० टक्के एस.एन.एफ.) घेऊन त्यात साखर टाकणे (दुधाच्या सहा टक्के) स्टॅबिलायझर आणि इमल्सिफायर (०.५ टक्का) टाकणे पाश्चराईझ करणे (८० अंश से. तापमानाला २५ सेकंदांपेक्षा जास्त वेळ) आटवणे (५० टक्के) थंड करणे आणि एजिंग करणे (दोन ते चार तास, १५ ते २० अंश से.) रंग व सुगंध टाकणे (कोनमध्ये भरतेवेळी). कोन भरणे व गव्हाच्या पिठाने बंद करणे. फ्रीजिंग आणि हार्डनिंग करणे (४:१ या प्रमाणात बर्फ व मिठाचे मिश्रण). कुल्फी तयार होते कुल्फीमध्ये काजू, बदामाचे काप, रंग, सुगंध टाकून त्याची आकर्षकता वाढवता येईल. फळांचा गर, रसाचादेखील वापर करता येईल.

पंतुआ

मूळचा भारताच्या पूर्व भागातून आलेला हा पदार्थ आहे. पंतुआ ही मिठाई जवळपास गुलाबजामुनसारखीच बनवतात.

कृती : पंतुआसाठी खवा (४० टक्के आर्द्रता) आणि छन्ना (५८ टक्के आर्द्रता), मैदा आणि बेकिंग पावडर एकत्र करून कणीक बनवतात. या पुढील कृती गुलाबजामुन बनवताना करतात तशीच करतात.

पंतुआ बनवताना दुसऱ्या पद्धतीत छन्ना (५० टक्के), खवा (४० टक्के), मैदा (तीन टक्के), आरारूट पावडर (तीन टक्के), रवा (तीन टक्के), पिठीसाखर (०.६ टक्का) आणि बेकिंग पावडर (०.३ टक्का) घेऊन, एकत्र करून मळून कणीक बनवतात. या कणकेपासून १२ ग्रॅम वजनाचे गोळे (गोलाकार) बनवून तुपातून तळून घेतात. जेव्हा गोळे तांबड्या रंगाचे होतात, त्यानंतर हे गोळे साखरेच्या पाकात (६० अंश से.) टाकतात. पंतुआ या मिठाईची अंगबांधणी ही गुलाबजामुनपेक्षा मऊ असते. खव्याच्या जागी मऊ छन्ना टाकल्यामुळे पंतुआची अंगबांधणी मऊ होते.

लालमोहन

गुलाबजामुनसारखाच हा पदार्थ आहे; परंतु हा खव्या पासून न बनवता छन्नापासून बनवतात. लालमोहन या मिठाईचा रंग हा हलकासा तांबूस असतो. या मिठाईत छन्ना, दोन–तीन टक्के गव्हाच्या पिठाबरोबर मळून घेऊन कणीक बनवतात. कणकेपासून लहान गोळे बनवून तुपातून तळून घेतात. हलकासा तांबूस रंग येईपर्यंत लालमोहन तळतात. यानंतर हे गोळे ६० टक्के साखरेच्या पाकात काही तास मुरण्यासाठी ठेवून देतात.

पंतुआतील घटक : एकूण घनता – ५९.७ टक्के, फॅट – १५.५ टक्के, प्रथिने – ८.७ टक्के, अॅश (राख) – ०.६७ टक्के, सुक्रोज – २७.१ टक्के

दुग्धजन्य पदार्थांत फळे, भाजीपाल्यांचा वापर

▲▲

संतुलित आहारामध्ये तंतुमय पदार्थ खूप महत्त्वाचे आहेत. मानवी शरीरात ते खूप वेगवेगळ्या प्रकारचे कार्य करतात. दही, श्रीखंड, मिल्कशेक, खीर, आइस्क्रीम, पेढा, बर्फी तयार करताना विविध प्रकारची फळे, भाजीपाला यांचा गर, रस, तृणधान्यांचा वापर करून तंतुमय पदार्थयुक्त दुग्धजन्य पदार्थ तयार करता येतात.

▼▼

आहारात असावेत तंतुमय पदार्थ

- जागतिक आरोग्य संघटनेच्या मानकानुसार २३-२७ ग्रॅम/प्रतिदिन/प्रतिमाणशी तंतुमय पदार्थांची आवश्यकता असते.
- राष्ट्रीय अन्न आणि पोषण संस्थेच्या मानकानुसार ४०-५० ग्रॅम/प्रतिदिन/प्रतिमाणशी तंतुमय पदार्थांची आवश्यकता असते.
- तंतुमय पदार्थांतील विविध घटकांचे प्रमाण हे विविध प्रकारचा भाजीपाला, फळे, त्यांची परिपक्वता किंवा तोडणी करतानाची वेळ, वातावरण, टिकवण्याची स्थिती इत्यादीनुसार बदलते.
- फळे, भाजीपाला जसजसे पक्व होते, त्याप्रमाणात तंतुमय पदार्थांचे प्रमाण वाढते.
- फळे किंवा भाज्यांच्या वरचे आवरण काढल्यास तंतुमय पदार्थांचे प्रमाण कमी होते.
- बाजारात तंतुमय घटक असणारे तयार पदार्थ उपलब्ध आहेत, परंतु असे पदार्थ आहारात वापरण्यापेक्षा तंतुमय पदार्थयुक्त अन्नघटक आहारात घेतल्यास जीवनसत्त्व, खनिजे मिळतात, जी तयार पदार्थांमध्ये नसतात.

विरघळणारे तंतुमय पदार्थ

- या प्रकारचे तंतुमय पदार्थ अंशत: पाण्यात विरघळतात. थंड केल्यानंतर त्यांना जेलसारख्या रचनेचे स्वरूप प्राप्त होते. (उदा. पेक्टिन).
- मोठ्या आतड्यात सूक्ष्मजीवांमुळे चयापचय क्रिया होऊन हे पदार्थ पचवले जातात. या चयापचय क्रियेमुळे गॅस आणि शॉट चेन फॅटी ॲसिड तयार होऊन थोड्या प्रमाणात

शरीरात शोषले जातात. पेक्टिन, गम, गॉर हे विरघळणारे तंतुमय पदार्थ आहेत.

- डाळी, भाज्या, फळे, ओट, कोंडा आणि बिया यात मोठ्या प्रमाणात तंतुमय पदार्थ असतात.
- संशोधनाअंती असे सिद्ध झाले आहे, की तंतुमय पदार्थ हे कोलेस्टेरॉल कमी करतात. त्यामुळे शरीरातील ग्लुकोजचे शोषण हळू करतात. रक्तातील साखरेचा चढ–उतार कमी होऊन मधुमेही लोकांमध्ये ग्लुकोज नियंत्रणात राहण्यास मदत होते.

न विरघळणारे तंतुमय पदार्थ

- सेल्युलोज, हेमीसेल्युलोज आणि लिग्निन हे महत्त्वाचे पदार्थ आहेत. तृणधान्याचे काही प्रकार आणि काही भाजीपाल्यामध्ये न विरघळणारे तंतुमय पदार्थ असतात.
- संशोधनाअंती सिद्ध झाले आहे, की पोटातील आणि आतड्यातील अन्न वेगाने पुढे नेण्यासाठी या तंतुमय पदार्थांचा उपयोग होतो. बद्धकोष्ठता दूर करण्यासाठी हे तंतुमय पदार्थ उपयोगी ठरतात. या तंतुमय पदार्थांमुळे कोलोरेक्टल कर्करोगाचा धोका कमी होतो.
- फळे आणि भाजीपाला यात विरघळणारे आणि न विरघळणारे असे दोन्ही तंतुमय पदार्थ समाविष्ट असतात. फळे, भाजीपाल्यामध्ये परिपक्व होण्याचा प्रकार आणि अंश यानुसार विरघळणाऱ्या आणि न विरघळणाऱ्या तंतुमय पदार्थांचे प्रमाण बदलते.

फळे, भाजीपाल्याचा दुग्धजन्य पदार्थांत वापर

दही, श्रीखंड, मिल्कशेक, खीर, आइस्क्रीम, पेढा, बर्फी तयार करताना विविध प्रकारची फळे, भाजीपाला यांचा गर, रस, तृणधान्याचा वापर करून तंतुमय पदार्थयुक्त दुग्धजन्य पदार्थ तयार करता येतात. मधुमेही रोगी, स्थूल व्यक्ती, वयस्कर लोकांसाठी स्निग्ध घटक नसलेले किंवा कमी असलेले दुग्धपदार्थ बनवून त्यात कृत्रिम साखर आणि तंतुमय पदार्थांचा वापर करून उपयुक्त पदार्थ ग्राहकांना देता येतील.

विविध फळे, भाजीपाला, तृणधान्यांमध्ये तंतुमय पदार्थ (डायटरी फायबर्स) नैसर्गिकरीत्या आढळतात. यामध्ये सेल्युलोज, पेक्टिन, लिग्निन, गॉर हे घटक असतात. विरघळणारे आणि न विरघळणारे घटक असे तंतुमय पदार्थांचे दोन प्रकार असतात. संतुलित आहारामध्ये तंतुमय पदार्थ खूप महत्त्वाचे आहेत. मानवी शरीरात ते खूप वेगवेगळ्या प्रकारचे कार्य करतात. शिवाय अनेक आजार रोखण्यासाठी वेगवेगळ्या घटकांना सांधणारा दुवा म्हणून हे पदार्थ महत्त्वाचे आहेत.

वनस्पतिजन्य पदार्थांत तंतुमय पदार्थांची उपलब्धता

फळे	**तंतुमय पदार्थ ग्रॅम प्रति १०० ग्रॅम पदार्थांपासून**
आंबा (पिकलेला)	१६.२
नारळ (सुका)	३.६
काजू	६.६
पेरू	५.२
सफरचंद	३.३ (१५० ग्रॅम)
केळी	३.१ (११८ ग्रॅम)
स्ट्रॉबेरी	३.० (१५२ ग्रॅम)
डाळिंब	५.०
पीच	२.२ (१५० ग्रॅम)
चिकू	२.६
द्राक्ष.	२.९
अंजीर (पिकलेले)	६.४
सीताफळ	३.१
पपई	०.८
संत्रा	०.५
कवठ	५.०
भाजीपाला	
गाजर (शिजवलेले)	२.३ (७८ ग्रॅम)
द्विदल धान्य (हिरवे, शिजवलेले)	४.० (१२५ ग्रॅम)
पालक	८.८ (८० ग्रॅम)
कोबी	२.६ (७८ ग्रॅम)
भेंडी	२.० (८० ग्रॅम)
धान्य	
रागी	३.६
भात	०.२
मैदा	०.३
गहू	७१.२
बाजरी	१.२

दुग्धजन्य पदार्थांत तंतुमय पदार्थांचा वापर अंदाजे प्रमाण

पदार्थ	तंतुमय पदार्थांचे प्रमाण (ग्रॅम/किलो)
मिल्क शेक (सीताफळ)	३.१
बर्फी – अंजीर (३%)	०.९
काजू	२.१
कवठ (२०%)	१०.०
खीर (भात ५%)	०.१
पनीर – सोया दूध (२५%)	७.५
श्रीखंड – चिकू (१५%)	३.९
श्रीखंड वडी – नारळ (६%)	३.६
निवळी पेय – आंबा (१०%)	१५ ते १६
आइस्क्रीम – आंबा (१०%)	१६.२
योगर्ट – पपई (१०%)	०.८
योगर्ट – आंबा (१०%)	१६.२

दूध व दुग्धजन्य पदार्थांत तंतुमय पदार्थांचा वापर अंदाजे प्रमाण

दूध व दुग्धजन्य पदार्थ	धान्ये, फळे, भाज्यांचा वापर
सुगंधी दूध	स्ट्रॉबेरी, संत्री, अननस, ब्लूबेरी, रासबेरी इत्यादी फळांचे सिरप
मिल्कशेक	सीताफळ, सफरचंद, गाजर
बर्फी	अंजीर, पपई, चिकू, संत्रा, नारळ, फणस, कवठ
गाजर हलवा	गाजर
खीर	भात, सुका मेवा
पनीर	सोया दुधाचा वापर
योगर्ट	पेरू, डाळिंबाचा वापर
लस्सी	आंबा, पपई, अननस, बाजरी पीठ
श्रीखंड	चिकू, आंबा, स्ट्रॉबेरी, ब्राह्मी अर्क, अश्वगंधा अर्काचा वापर
आइस्क्रीम	आंबा, सीताफळ, स्ट्रॉबेरी, काजू, बदामाचा वापर
निवळी	आंबा, चिकू, पेरू, डाळिंब, अननसचा वापर

सीताफळ मिल्कशेक

दूध
↓
गाळून घ्यावे.
↓
गरम करावे
(४० अंश सेल्सिअस, दहा मिनिटे)
↓
थंड करावे (७ अंश सेल्सिअस)
↓
१०% सीताफळ गर आणि
साखर (७%) मिसळावी.
↓
एकत्र करावे.
↓
बाटलीत भरावे.
↓
थंड करावे.

गाईचे दूध आणि सोया दुधाचे पनीर

गाईचे दूध (७५%) आणि सोया दूध (२५%)
↓
गरम करावे (८२ अंश सेल्सिअस, ५ मिनिटे)
↓
सायट्रिक ॲसिड मिसळावे.
↓
निवळी काढून घ्यावी.
↓
दाब देणे ३ किलो प्रति सें.मी. वर्ग,
१५ मिनिटे
↓
तयार झालेले पनीर अति थंड पाण्यात ठेवावे.
(१-२ तास)
↓
पनीरचे तुकडे करावेत. त्याचे पॅकिंग करावे.
↓
५ अंश सेल्सिअस तापमानास ठेवावे.

आहारात हवेत तंतुमय पदार्थ...

- १-३ वर्षे वयाच्या मुलांना १९ ग्रॅम/दिन, ४-८ वर्षांच्या मुलांना २५ ग्रॅम/दिन, ९-१३ वर्षांच्या मुलांना ३१ तर मुलींना २६ ग्रॅम/दिन, १४-१८ वर्षांच्या मुलांना ३८ ग्रॅम/दिन, १९-५० वर्षांसाठी ३८ (मुलींसाठी २५) ग्रॅम/दिन तंतुमय पदार्थांची आवश्यकता असते.
- इंडियन कौन्सिल ऑफ मेडिकल रिसर्चनुसार रोजच्या आहारात ४० ग्रॅम तंतुमय पदार्थ प्रति २००० उष्माकांत घेण्यात अडचण नाही. इतके प्रमाण सुरक्षित आहे. परंतु जास्त प्रमाणात घेतल्यास पोषक घटक शरीरात शोषून घेण्याचे प्रमाण कमी होते.

फळांचा वापर केलेले योगर्ट

दूध (३% फॅट)
↓
४% स्कीम मिल्क पावडर, ७% साखर आणि ०.४% सोडिअम अलजिनेट टाकणे
↓
९० अंश सेल्सिअस तापमानास पाच मिनिटे तापवणे
↓
थंड करावे (३५ ते ३८ अंश सेल्सिअस)
↓
विरजण मिसळावे.
गर/रस (पपई १०% किंवा आंबा २०% मिसळावा)
↓
दह्यासारखे ठेवणे
(४२ अंश सेल्सिअस – ४ ते ५ तास)
↓
योगर्ट तयार होते.

चिकूचे श्रीखंड

दही
↓
दही एकजीव करून मसलीन कापडात बांधून ठेवून टांगून ठेवावे (६–८ तास)
↓
चक्का तयार करावा.
↓
चिकूचा गर (१५%) (चक्क्याच्या वजनानुसार)
↓
साखर मिसळावी. (४०%)
↓
एकजीव करून पुरणपात्रातून फिरवून घ्यावे.
↓
४–६ अंश सेल्सिअस तापमानास ठेवावे.

नारळाची श्रीखंड वडी

दही
↓
निवळी काढून टाकावी.
↓
चक्का तयार करावा.
↓
पिठीसाखर मिसळावी (५०%)
↓
वेलची, नारळाचा काप ६% मिसळावा.
↓
पॅनमध्ये गरम करावे.
↓
श्रीखंड वडी तयार करावी.

कवठ बर्फी

दूध (४% फॅट)
↓
गाळून घ्यावे.
↓
गरम करावे.
↓
साखर मिसळावी (४५%)
↓
दूध कणकेसारखे होईपर्यंत आटवणे
↓
आटवलेल्या भागाचे लहान भाग करावेत.
↓
३०% कवठाचा गर मिसळावा.
↓
सौम्यपणे गरम करावा.
↓
हलकेसे तूप लावलेल्या ट्रेमध्ये मिश्रण पसरावे.
↓
मिश्रण थंड करावे.
↓
तुकडे करावेत.
↓
पॅकिंग करावे.

बर्फी, कुल्फी, श्रीखंड, पेढानिर्मिती

- बर्फी तयार करताना ३०% साखर (खव्याच्या वजनानुसार) मिसळून त्यात १०% अननसाचा गर मिसळावा. अशा प्रकारे अननसाची बर्फी तयार करावी.
- नेहमीची कुल्फी तयार करताना त्यात ३% दुधी भोपळ्याच्या गराचा वापर करता येईल.
- पेढा तयार करताना ५% कोहळ्याचा गर वापरून तंतुमय पदार्थांचे प्रमाण वाढवता येईल.
- कवठाचा २०% गर वापरून (खव्यात एकजीव करून) बर्फी बनवता येईल. या प्रकारच्या बर्फीत प्रतिकिलो १० ग्रॅम डायटरी फायबर मिळतील. परंतु त्याचबरोबर त्यातील साखर, प्रथिने, फॅट इत्यादींचादेखील विचार करायला हवा.
- १५% स्ट्रॉबेरीचा गर चक्क्यात (चक्क्याच्या वजनानुसार) मिसळून त्यात ४०% साखर वापरून स्ट्रॉबेरी श्रीखंड बनवता येईल.
- श्रीखंडात सफरचंदाचा गर १०% वापरून उत्तम श्रीखंड तयार करता येते.
- ५०% सोया दूध + ५०% गाय किंवा म्हशीचे दूध घेऊन त्यात ३% साखर व २% स्कीम मिल्क पावडर मिसळून विरजण लावून दही बनवल्यास सोया दही म्हणून ते

बाजारात विकता येते.

- लस्सीमध्ये विविध फळांच्या गराचा वापरावा. यामध्ये अननस (४–८%), आंबा (८–१०%) इत्यादी मिसळून चांगल्या स्वादाची लस्सी तयार करावी.
- गाजराचा २०% ज्यूस (त्यात थोडे किसलेले गाजर) एकूण दुधानुसार आणि त्यात १५% साखर मिसळल्यास पौष्टिक गाजराचे दूध तयार करता येते.
- एकूण दुधाच्या १०% करवंदाचा ज्यूस घेऊन त्यात ७.५% साखर व ०.५% जिलेटिन वापरून करवंदाच्या स्वादाचे दूध तयार करावे.
- दहीभात तयार करताना पॉलिश न केलेला तांदूळ वापरून त्यात टोमॅटो, काकडी इत्यादींचे काप टाकून तंतुमय पदार्थांचा उत्तम स्रोत म्हणून दहीभात तयार करावा.

फळे, भाज्या वापरून दुग्धपदार्थांचे मूल्यवर्धन

▲▲

फळे, साखर व इतर पदार्थांचा वापर करून मूल्यवर्धित दुग्धजन्य पदार्थ तयार करता येतात. यासाठी मोठ्या यंत्रणांची गरज नाही. शेतकरीही घरच्या घरी मूल्यवर्धनाचे तंत्रज्ञान वापरू शकतो. आर्थिक नफा वाढवण्यासाठी दुग्धपदार्थांच्या मूल्यवर्धनाचे तंत्रज्ञान थोडक्यात जाणून घेऊयात.

▼▼

दुग्धपदार्थांतील मूल्यवर्धन करण्यास खूप मोठी संधी आहे. दुधात किंवा त्याच्या प्रक्रियेत जीवनसत्त्वे, खनिजे, तंतुमय पदार्थ मिसळले जातात. दूध व दुग्धपदार्थांत सुगंध मिसळून चव वाढवली जाते. पदार्थाची भौतिक गुणवत्ता (उदाहरणार्थ, चीज, पनीर व्यवस्थित किसले जाणे) किंवा एखादा उद्देश ठेवून पदार्थ बनवणे (उदाहरणार्थ, हृदयरोग, लठ्ठपणा, मधुमेह असणाऱ्यांसाठी पदार्थ) तसेच पदार्थांची गुणवत्ता टिकवणे व क्षमता वाढवणे अशा प्रकारे दुग्धजन्य पदार्थांचे मूल्यवर्धन केले जाते.

गरज मूल्यवर्धनाची

- सध्या मूल्यवर्धित दुग्धपदार्थांची मागणी अनेक कारणांनी वाढत आहे. शहरीकरणाचा वाढता प्रभाव, उत्पन्नातील वाढ, मध्यम वर्गाचे उच्च मध्यमवर्गात स्थलांतर, मॉल, सुपरमार्केटची वाढ, प्रक्रिया क्षेत्रातील वाढती गुंतवणूक यामुळे आरोग्य व आवडीप्रमाणे सोयीनुसार मूल्यवर्धित पदार्थांकडे लोकांचा कल वाढत चालला आहे. तसेच खाण्यापिण्याच्या बदललेल्या सवयी, आहाराविषयी जागृती इत्यादी अनेक कारणांमुळे मूल्यवर्धन हे लोकल ते ग्लोबल झाले आहे. यामुळे स्थानिक ठिकाणी जे–जे मोठ्या प्रमाणावर उपलब्ध आहे व ज्या शेतमालाला कमी भाव आहे, अशा पदार्थांचा मूल्यवर्धनासाठी चांगल्या प्रकारे वापर करता येऊ शकेल.
- विभागनिहाय उपलब्ध असणाऱ्या फळांचा व भाज्यांचा– ज्यांना कमी भाव मिळतो किंवा त्या–त्या परिसरात खूप मोठे उत्पादन होते, अशी फळे व भाज्यांचा मूल्यवर्धनासाठी मोठा वापर करता येईल. उदाहरणार्थ, खानदेशमधील केळी, नगरचा पेरू, पुरंदरची सीताफळे, नागपूरची संत्री इत्यादी अनेक ठिकाणांतील फळांचा दुग्धपदार्थांत वापर

करता येईल.

- ओमेगा-३ व ओमेगा-६ फॅटी ॲसिडचा वापर, तंतुमय पदार्थांचा वापर उदाहरणार्थ, सफरचंद, स्ट्रॉबेरी इत्यादींचा दुग्धपदार्थात वापर करणे, अशा प्रकारेदेखील मूल्यवर्धन करता येईल.

आंबा, संत्रे, सीताफळ, रामफळ, डाळिंब, गुलकंद, स्ट्रॉबेरी, करवंद, अननस, फणस, सफरचंद, चिकू, पेरू, केळी, सुका मेवा इत्यादी फळांचा वापर दुग्धपदार्थांत करता येतो.

फळे, साखर व इतर पदार्थांचा (स्कीम मिल्क पावडर, इत्यादी) वापर करून वेगळा पदार्थ ग्राहकांना देता येईल. यासाठी मोठ्या यंत्रसामग्रीची गरज नाही. शेतकरीही घरच्या घरी मूल्यवर्धनाचे तंत्रज्ञान वापरू शकतो. यासाठी काही दुग्धपदार्थांच्या मूल्यवर्धनाचे तंत्रज्ञान माहिती करून घ्यावे लागेल. पदार्थ बनवण्याची कृती मागील काही प्रकरणांमध्ये देण्यात आली आहे. त्यानुसार दुग्धजन्य पदार्थ तयार करावेत.

दही

- दही बऱ्याच वेळेस साखरेबरोबर किंवा कोशिंबिरीमधून खाण्यासाठी वापरले जाते.
- गाईच्या दुधाचे दही बनवताना विरजण लावतेवेळेस पेरूचा गर ५% (एकूण दुधाच्या), साखर ९% (एकूण दुधाच्या) आणि ३% स्कीम्ड मिल्क पावडर टाकून पेरूचे दही म्हणून विकता येईल.
- तसेच विरजण लावतेवेळेस दुधात १०-१५% डाळिंबाचे दाणे टाकून त्यात ३-६% साखर टाकून दही लागू देणे. अशा रीतीने डाळिंबाचे दही असा नावीन्यपूर्ण प्रकार ग्राहकाला देता येईल.
- वरील दोन्ही प्रकारच्या दह्यात विरजण लावून झाल्यानंतर ते मिश्रण पॉलिस्टरीन कपमध्ये टाकून त्यातच दही लागू दिल्यास उत्तम.
- विरजण लावतेवेळेस सुगंधाचा व रंगाचा वापर करून सुगंधित दही बनवता येते.
- मटका दही बनवताना १००, २००, २५० मिली मातीच्या मटक्यात दही लावून ते ॲल्युमिनियम फॉईलने पॅक करून ठेवावे.
- मिष्टी दही हेदेखील मूल्यवर्धनाचा एक उत्तम नमुना आहे.

सोया दही

- ५०% सोया दुधाचा वापर व ५०% गाई-म्हशीच्या दुधाचा वापर करून, त्यात ३% साखर व २% स्कीम्ड मिल्क पावडर टाकून, विरजण लावून दही बनवल्यास 'सोया दही' म्हणून ते बाजारात आणता येईल.

- सोयाबीनवर प्रक्रिया करून, त्याचे दूध काढून ते विविध दुग्धपदार्थ करण्यासाठी वापरतात.

बर्फी

- म्हशीच्या दुधाचा खवा ६०%, चणाडाळ १०% व साखर ३०% एकत्र केल्यास उत्तम बर्फी तयार होते. संत्रा ज्यूसचा १०% वापर केल्यास संत्रा बर्फी तयार होईल.

बेबी चेरी रसगुल्ला

- रसगुल्ल्यात वेगवेगळे शिफारशीत खाद्यरंग मिसळून साखरेच्या पाकात शिजवून दोन तासांनी पाकातून निथळून घेतले जातात. या प्रकाराचा रसगुल्ला लहान मुलांसाठी एक आकर्षण असल्यामुळे ते आवडीने खातात.

आइस्क्रीम

- ४% रामफळाच्या गराचा वापर करून आइस्क्रीम बनवता येईल.

श्रीखंड

- १५% स्ट्रॉबेरीचा गर चक्क्यात (चक्क्याच्या वजनानुसार) मिक्स करून त्यात ४०% साखर (चक्क्याच्या वजनानुसार) वापरून स्ट्रॉबेरी श्रीखंड बनवता येईल.
- स्ट्रॉबेरीप्रमाणेच आंबा रसही २० टक्क्यांपर्यंत मिसळल्यास उत्तम. सफरचंदाचा गरही १०% वापरल्यास उत्तम स्वाद मिळतो.
- १२.५% पेरूचा गर व २७.५% साखर मिसळल्यास पेरूचा स्वाद असलेले श्रीखंड तयार होते.
- तसेच ०.२५% ब्राह्मी अर्क, ०.४८% अश्वगंधा अर्क आणि ३०% साखर यांचा वापर करून हर्बल श्रीखंड तयार करता येईल, असे संशोधनाअंती सिद्ध झाले आहे.

सुगंधी दूध

- बाजारात चॉकलेटच्या स्वादाचे दूध, विविध फळांचा वापर करून (गर किंवा कृत्रिम फ्लेवरचा वापर करून) सुगंधी दूध विकले जाते.
- गाजराचा २०% ज्यूस (त्यात थोडे किसलेले गाजर) एकूण दुधानुसार व त्यात १५% साखरेचा वापर केल्यास पौष्टिक असे गाजराचे दूध तयार होईल.
- सुगंधी दुधात रोझ, अननस, स्ट्रॉबेरी, व्हॅनिला इत्यादी अनेक कृत्रिम फ्लेवरचा वापर

करता येतो. कृत्रिम फ्लेवरचे काही थेंबच पुरेसे असतात.

- एकूण दुधाच्या १०% करवंदांचा ज्यूस घेऊन ७.५% साखर व ०.५% जिलेटिन वापरून करवंदाचे फ्लेवर्ड दूध बनवता येईल.
- वरील पदार्थांनुसार अनेक पदार्थांत त्या-त्या भागातील फळांचा योग्यरीत्या वापर केल्यास उत्तम राहील. यामध्ये निरनिराळ्या रंगांचा वापर, केशरचा वापर, पिस्ता, बदाम, काजू यांचे काप/तुकडे यांचाही वापर केल्यास पदार्थ आणखी पौष्टिक होतील. नव्या प्रकारचे उत्पादन बाजारपेठेत आणता येईल.

लस्सी

- लस्सीत अनेक फळांचा वापर होतो. लस्सी जास्त पातळ न करता त्यात ४-५% अननसाचा गर व ८-१२% साखर टाकून मिश्रण मिक्सरमधून एकजीव केल्यास अननस लस्सी तयार होईल. त्यात एक-दोन चमचे घट्ट साय टाकल्यास उत्तम.
- आंब्याचा वापर लस्सीसाठी बऱ्याच ठिकाणी होतो. यासाठी १०० किलो दह्यानुसार त्यात १०.९९ किलो आंब्याचा रस, १४.४ किलो साखर, १.२५ किलो क्रीमचा वापर करून मिश्रण एकजीव करावे. आंबा लस्सी तयार होईल.
- बाजरा लस्सीमध्ये ४-६% बाजरा पीठ, ८-१०% आंबा रस व १०-१२% साखर टाकून उत्तम प्रकारची लस्सी तयार होते व बाजरीमध्ये लोहाचे प्रमाण जास्त असल्यामुळे या लस्सीस बाजारामध्ये चांगली मागणी मिळू शकते.

मटार खीर

- मटार थोड्या पाण्यात मिक्सरमधून काढून घ्यावेत. ५०%पर्यंत दूध आटवून १२% हिरवे मटार टाकून उत्तम प्रकारची मटार खीर बनवता येईल.

योगर्ट

- योगर्ट तयार करताना ५०%पर्यंत नारळाचे दूध गाईच्या दुधात वापरल्यास उत्तम प्रकारचे योगर्ट तयार होते.
- अशा पद्धतीने दहीभात, व्हे कोल्ड कॉफी, व्हे सूप, विविध फळांचा रस असलेली बर्फी, दुधापासून वेगवेगळे शेक्स, करवंदाच्या रसापासूनही आइस्क्रीम, बर्फी तयार करणे, कोकम सिरपचा ताकात वापर करणे इत्यादी पदार्थांचे मूल्यवर्धन करता येईल.

विशेष फायदे देणारे दुग्धजन्य पदार्थ

▲▲

परदेशी बाजारपेठेत अनेक प्रकारचे विशेष दुग्धजन्य पदार्थ उपलब्ध आहेत. कमी फॅट आणि कमी साखरेचे प्रमाण असलेल्या पदार्थांना ग्राहकांकडून मागणी आहे. जगभरात फळे; तसेच खनिजांचा वापर केलेल्या दुग्धजन्यांची बाजारपेठ विस्तारत आहे.

▼▼

आहाराचे आरोग्याशी असलेले नाते हे खूप पूर्वीपासून सर्वांना माहिती आहेच. आज ग्राहक अन्नाचा विचार फक्त शरीरकार्य पार पाडणारा घटक म्हणून नव्हे, तर थेट शरीरस्वास्थ्यावर होणारा चांगला परिणाम म्हणून करतो आहे. स्वास्थ्याचा वाढता कल, माहितीद्वारा होणारे जनजागरण, तसेच शरीर व स्वास्थ्यावर होणारा परिणाम पाहून ग्राहकवर्ग पदार्थांची खरेदी करतो.

- पौष्टिकतेचे पायाभूत निकष पूर्णकरून जे अन्न शरीरस्वास्थ्य प्रदान करते ते कार्य करणारे म्हणजे अन्न. कार्य करणारे अन्नही व्याख्या पहिल्यांदा जपानमध्ये १९८० मध्ये वापरण्यात आली.
- जगात अशा प्रकारच्या अन्नपदार्थांची बाजारपेठ वाढत आहे. कार्य करणारे अन्न जवळजवळ सगळ्या अन्नप्रकारात आहे, परंतु कार्य करणाऱ्या अन्नात दूध आणि दुग्धजन्य पदार्थांचे वर्चस्व असलेले दिसून येते.
- परदेशी बाजारपेठेत अनेक प्रकारचे विशेष दुग्धजन्य पदार्थ उपलब्ध आहेत. प्रोबायोटिकचा वापर करून तयार केलेले, बायोक्टिव्हपेपटाइड असलेले, पथ्यकारक कमी फॅट, साखरेचे दुग्धजन्य पदार्थ, दुधाचा वापर करून बनवलेले स्वास्थ्यकारक पेय, खनिजांचा वापर करून तयार केलेले दुग्धपदार्थ, संयुक्त अथवा संमिश्र प्रकारचे दुग्धपदार्थ, कार्य करणारे जास्त फॅटचे दुग्धपदार्थ बाजारपेठेत उपलब्ध होत आहेत.
- अनेक प्रकारच्या प्रोबायोटिकचा आंबवलेल्या दुधात, योगर्ट व त्यापासूनच्या पेयात वापर करून रोगांच्या सूक्ष्मजंतूंस प्रतिबंध करता येतो.
- कमी फॅटच्या दुधात मेलॅटोनिन वापरून झोपेस प्रवृत्त करणारे दूध म्हणून हे पेय फिनलँड, इंग्लंडमध्ये तयार करण्यात आले आहे.
- स्पेनमध्ये दूध आणि फळांच्या रसाचा वापर करून त्यात कॉन्जूगेटेड लिनोलिक

ॲसिड मिसळून पेय काही कंपन्यांनी तयार केले आहे. यापासून शरीरातील फॅट कमी होण्यास मदत होते.

प्रोबायोटिकचा वापर

- जगात अनेक प्रकारच्या प्रोबायोटिकचा वापर दुग्धजन्य पदार्थांत केला जातो.
- विशेषत: योगर्ट, चीज, आइस्क्रीम, दही, कुल्फी यामध्ये याचा वापर केला जातो, परंतु या प्रकारच्या सूक्ष्मजीवांची संख्या १०६ सीएफयू प्रति मिली किंवा ग्रॅम पदार्थात असायला हवी.
- कर्नाल येथील राष्ट्रीय डेअरी संशोधन संस्थेने प्रोबायोटिकचे सूक्ष्मजीव पावडर स्वरूपात उपलब्ध करून दिले आहेत. काही कंपन्या प्रोबायोटिकचे सूक्ष्मजीव वेगवेगळ्या नावाने विक्री करतात.

बायोक्टिव्ह पेपटाइड

- दुधाच्या प्रथिनापासून तयार होणारे बायोक्टिव्ह पेपटाइड हा संशोधकांचा आवडीचा, कुतूहलाचा विषय आहे.
- शरीरास अनेक प्रकारचे फायदे या बायोक्टिव्ह पेपटाइडपासून मिळतात, परंतु अजूनही भारतात याचा वापर प्रचलित झालेला नाही.

खनिजांचा वापर करून बनवलेले दुग्धजन्य पदार्थ

- आपल्या एकूण आहारातून मिळणाऱ्या कॅल्शिअमपैकी ७५% कॅल्शिअम हे फक्त दूध आणि दुग्धजन्य पदार्थांतून मिळते. जसजसे वय वाढत जाते तसतसे कॅल्शिअम शरीरास जास्त आवश्यक असते. विविध देशांत कॅल्शिअम असलेले दुग्धजन्य पदार्थ तयार करण्यात आलेले आहेत.

संमिश्र दुग्धपदार्थ

- कडधान्य, विविध फळे, भाजीपाला यांचा दूध व दुग्धपदार्थांत वापर वाढत आहे. पारंपरिकरित्या बनवला जाणारा गाजर हलवा, भोपळ्याचा हलवा, खीर याचा आहारात वापर वाढतो आहे.
- ज्वारी, बाजरी, गहू, सातू यांचा लस्सीत वापर वाढतो आहे.
- निवळीतील प्रथिने आणि धान्याचा वापर करून बनवलेली बिस्किटे, तसेच अल्पोपहाराचे पदार्थ ग्राहकांचे लक्ष वेधून घेत आहेत.

कार्य करणारे जास्त फॅटचे दुग्धपदार्थ

- दुधातील स्निग्धांश (फॅट) हा आरोग्यास घातक समजला जातो. यामुळे हृदय व रक्तवाहिन्यांसंबंधीचे आजार, स्थूलपणा, कॅन्सर असे आजार होतात, असा समज आहे. परंतु स्निग्धांशात २५ ते ३०% फॅटी ॲसिड असतात. (जसे, ब्युट्यारीक ॲसिड, ओलीक ॲसिड, पॉली अनसॅच्युरेटेड फॅटी ॲसिड, अल्फा-लीनोलेईक ॲसिड, सीएलए) जे मानवी शरीरावर चांगला परिणाम दाखवतात.
- कार्य करणाऱ्या दुग्धपदार्थांसाठी अनेक प्रकारच्या उपयोगी पदार्थांचा वापर केल्यास सध्याच्या जीवनशैलीस अनुरूप असे दुग्धजन्यपदार्थ ग्राहकांना देता येतील. तसेच लहान मुलांपासून वयोवृद्धांपर्यंत वेगवेगळे कार्य करणारे, शरीरास वेगवेगळे फायदे देणारेही पदार्थ तयार करणे शक्य आहे.

दुधाचा वापर करून बनवलेले स्वास्थ्यकारक पेय

- पोषणमूल्य असलेल्या निवळीत फळांच्या रसांचा वापर करून पेय तयार करता येते.
- ॲसिडो व्हे हे अननसापासून बनवलेले आणि प्रोबायोटिकचा वापर असलेले पेय राष्ट्रीय डेअरी संशोधन संस्थेने तयार केले आहे.
- सातूचे सत्त्व व दुधाचा वापर करून त्यात कॅल्शिअम मिसळूनदेखील पेय बनवण्यात आले आहे.

पथ्यकारक कमी फॅट, साखरेचे दुग्धपदार्थ

- बर्फी, पेढे, कलाकंद, रसगुल्ले अशा अनेक मिठाया सणासुदीस भारतीयांच्या आहारात असतात, परंतु यातील फॅट आणि साखरेच्या जास्तीच्या प्रमाणामुळे स्थूल व मधुमेह असलेल्यांना हे पदार्थ खाता येत नाही. कृत्रिम साखरेचा वापर करून कमी फॅट (कमी फॅटचे दूध घेऊन) व कमी साखरेचे पदार्थ स्थूल व मधुमेह असणाऱ्यांना फायदेशीर ठरतील.

प्रमुख प्रकारचे कार्य करणारे अन्न

प्रकार	साधी व्याख्या	उदाहरण
पोषणमूल्य वाढवणारे	पोषणमूल्ये असलेले घटक वापरून अन्नाची पौष्टिकता वाढवणारे	लोह, कॅल्शिअमचा वापर करून तयार केलेले दूध.
पदार्थ वृद्धिंगत करणारे	सहसा न आढळणारा असा नवीन घटक/ पौष्टिक पदार्थ वापरणे.	आइस्क्रीममध्ये प्रोबायोटिकचा वापर
घटक बदलवणे किंवा त्या जागी दुसऱ्याचा वापर	नको असलेला घटक काढून त्याजागी विविध फायदे देणारा दुसरा घटक वापरणे	फॅटच्या जागी फायबरचा वापर
घटकाची अधिकची वाढ करणारे	अगोदर उपलब्ध असलेल्याउपयोगी घटकाची शास्त्रीयदृष्ट्या वाढ करणे.	जनावरांच्या खाद्यात बदल करून सीएलए वाढवणे.

जागतिक बाजारपेठेत उपलब्ध असणारे व कार्य करणारे दुग्धपदार्थ

पदार्थाचा प्रकार	उत्पादक देश	बायोक्टिव्हचे मूळ	शरीरास मिळणारे फायदे
बायोक्टिव्ह पेपटाइड मिसळलेले			
आंबवलेल्या दुग्धपदार्थांत फळांचा वापर करून बनवलेले पेय	फिनलँड	दूध आंबवून प्राप्त केलेले	रक्तदाब कमी करणारे
सुगंधी दूध	फ्रान्स	बायोक्टिव्ह पेपटाइड	तणाव कमी करते.
निवळीमधील प्रथिने	अमेरिका	केपाकेसीन (ग्लायकोमॅक्रोपेपटाइड)	दातांची झीज कमी करणे, रक्त गोठण्यावर प्रभावी.
फायटोस्टेरॉल मिसळलेले			
कमी फॅटचे दूध	इंग्लंड	फायटोस्टेरॉल	रक्तातील कोलेस्टेरॉल कमी करणे.
योगर्ट ड्रिंक	इंग्लंड, फिनलँड	फायटोस्टेरॉल	कोलेस्टेरॉल कमी करणे.

खनिजांचा वापर

पदार्थ	उत्पादक देश	घटक	फायदे
दूध	कॅनडा	कॅल्शिअम	मूळ दुधाच्या ३५% जास्त कॅल्शिअमचे विविध फायदे
दूध	कॅनडा	कॅल्शिअम	कॅल्शिअमपासूनचे विविध फायदे
दूध	ऑस्ट्रेलिया	कॅल्शिअम	कॅल्शिअमपासूनचे विविध फायदे
दूध	फ्रान्स	कॅल्शिअम	कॅल्शिअम आणि ड जीवनसत्त्वयुक्त
दूध	जपान	कॅल्शिअम आणि लोह	३.५ मि.ग्रॅ. कॅल्शिअम आणि ३ मि.ग्रॅ. लोह प्रति २५० मिलीमध्ये
दूध	बेल्जियम, फ्रान्स, जपान	मॅग्नेशिअम	

ओमेगा ३ फॅटी ॲसिडचा वापर

पदार्थ	उत्पादक देश	घटक (ओमेगा ३ फॅटी ॲसिड)
कमी फॅटचे दूध	कॅनडा	जवस, तीळ तेल
कमी फॅटचे दूध (ताजे)	आयर्लंड	माशांच्या तेलापासून
ताजे चॉकलेट दूध	कॅनडा	भाजीपाल्यांच्या तेलापासून

कृत्रिम साखरेचा दुग्धपदार्थांत वापर...

▲▲

बाजारामध्ये अनेक कृत्रिम गोडी देणारे पदार्थ उपलब्ध आहेत. त्यांचा वापर मधुमेह असलेल्या व्यक्तींमध्ये वाढत आहे. मात्र, त्यांचे शरीराच्या वजनाच्या तुलनेत जास्तीतजास्त प्रमाण ठरलेले असते. त्यापेक्षा अधिक धोकादायक ठरू शकते. दुग्धपदार्थांमध्ये गोडी आणण्यासाठी साखरेला पर्याय म्हणून त्यांचा वापर करता येतो.

▼▼

सध्या गोड पदार्थ खाताना त्यात कॅलरीज (उष्मांक) असलेली साखर नाही ना, हे पाहिले जाते. आधुनिक व वेगवान जीवनशैलीत लोक अन्नातून जास्त कॅलरीज आहारामध्ये घेणे टाळून कमी कॅलरीजच्या अन्नाकडे यांचा कल असतो. जागतिक आरोग्य संघटनेच्या या अहवालानुसार, विकसनशील देशांत मधुमेहींचे प्रमाण वाढत आहे. सन २०१५ अखेर भारतात डायबेटिसचे सर्वांत जास्त रुग्ण आढळतील, असेही भाकीत वर्तवले गेले आहे.

हे सारे खरे असले तरी मिठाई, चॉकलेट, जॅम, जेली इत्यादींसारख्या या पदार्थांची साखरेविना कल्पना करवत नाही. आरोग्याबद्दल जागरूक असलेल्या या ग्राहकाला गोडधोड खाताना चोरपावलांनी येणाऱ्या कॅलरीजमुळे आजाराची काळजी करण्याचे कारण नाही. अत्यंत कमी कॅलरीज व साखरेच्याच चवीचे, साखरेला समर्थ पर्याय म्हणून सपस्टेम, सायक्लॅमेट, ग्लायसिरीझीन, निओटेम, सॅक्रीन, सुक्रॅलोज आणि स्टिव्हिया हे पदार्थ उपलब्ध आहेत.

पूर्वीचा अन्न भेसळ प्रतिबंधक नियम (PFA) १९५५ आणि स्वास्थ्य व पारिवारिक मंत्रालय २५ जून २००४ च्या नोटिफिकेशननुसार कृत्रिम साखरेचा अन्नपदार्थांमध्ये वापर हा एका ठरावीक दिलेल्या मर्यादेपर्यंत करता येतो. या बंधनात राहून सॅक्रीन, ॲसपरटेम, एसल्फेम, सुक्रॅलोझ या कृत्रिम साखरेचा वापर करता येईल.

कृत्रिम साखर म्हणजे काय?

- कृत्रिम साखर सर्वसाधारणपणे निसर्गात न आढळणारा व वेगवेगळ्या या रासायनिक, भौतिक गुणधर्म असलेला पदार्थ होय. अंशत: कॅलरीज असलेला किंवा कॅलरीज नसलेला तीव्र गोड पदार्थ.
- या तीव्र प्रकारच्या साखरेत कॅलरीजचे प्रमाण नगण्य असतेच, शिवाय मधुमेहामध्ये

रक्तदाबावर परिणाम होत नाही. मात्र, काही प्रकारच्या या कृत्रिम साखरेच्या पदार्थांच्या चवीमध्ये आल्हाददायकपणा, सुखावहपणा जाणवत नाही.

फायदे

- कमी कॅलरीजच्या कृत्रिम साखरेमुळे ग्राहकाला मानसिक व शारीरिक फायदे मिळतात.
- वजन नियंत्रणात ठेवणे, कमी करणे, डायबेटिसचे उत्तम व्यवस्थापन करणे इत्यादी फायदे आहेत.
- वेगवेगळ्या पेयांमध्ये, चहामध्ये, टेबल टॉप म्हणून सुगंधी दूध, आइस्क्रीम, मिठायांमध्ये, च्युइंगम, चॉकलेट, कँडी, जॅम जेली तसेच इतर पदार्थांमध्ये वापर शक्य.

ॲसपरटेम

ही कृत्रिम साखर सुक्रोजपेक्षा १६० ते २०० पटींनी गोड आहे. ही साखर पाण्यात फार थोड्या प्रमाणात विरघळते. फॅट्स आणि ऑइलमध्ये ॲसपरटेम विरघळत नाही. ॲसपरटेमचे विरघळणे हे सामू व तापमानावर अवलंबून आहे. ही ऑफ–व्हाइट रंगाची वासविरहीत पावडर स्वरूपात असते. ॲसपरटेम हे नॉन–कारसिनोजेनिक (कर्करोग न निर्माण करणारे) आहे. जास्तीत जास्त ५० मिलिग्रॅम ॲसपरटेम प्रति किलो (आपल्या वजनाच्या) प्रतिदिन घेता येईल. ॲसपरटेम हे डायट स्वीटनर म्हणून वापरले जाते. या साखरेची चवही गोड व किंचितशी कडू आहे. जर जास्त वेळ पदार्थ (जास्त तापमानाला) गरम केला किंवा द्रावणात असला, तर गोडपणा नाहीसा होतो.

एसल्फेम पोटॅशिअम (एसल्फेम–के)

ही कृत्रिम साखर डेझर्ट्स, पुडिंग, कँडी, पेय इत्यादींमध्ये वापरता येते. साधारण तापमानाला (२५–३० अंश सें.) ही साखर पाण्यात विरघळणारी अशी आहे. एसल्फेम–के ही कृत्रिम साखर सुक्रोजपेक्षा २०० पटींनी गोड आहे. या साखरेचा ADI (ॲक्सेप्टेबल डेली इनटेक) हा १५ मिलिग्रॅम प्रति किलो वजन प्रति दिन एवढा आहे. म्हणजे ६० किलो वजन असलेल्या व्यक्तींना ९०० मिलिग्रॅम एसल्फेम साखर प्रति दिन कुठल्याही पदार्थातून घेता येईल. यापेक्षा जास्त प्रमाणात घेणे हानिकारक ठरेल. सर्वसाधारण तापमानात बराच काळ या साखरेच्या गुणधर्मात विशेष असा बदल होत नाही.

सुक्रॅलोज

ही कृत्रिम साखर सुक्रोजपेक्षा ५०० ते ६०० पटींनी गोड असून कॅलरी फ्री आहे.

साखरेतील अधिक कॅलरीज हा आरोग्यासाठी महत्त्वाचा प्रश्न ठरत आहे. मधुमेही लोकांसाठी कृत्रिम साखरेतील मिठाई उपलब्ध होऊ शकतील.

जास्तीतजास्त ५ मि.ग्रॅ. सुक्रॅलोज प्रति किलो (आपल्या वजनाच्या) प्रति दिन पदार्थातून घेता येईल. द्रावणामध्ये उत्तमरीत्या स्थिरता या साखरेबाबत आढळते. पदार्थ चांगल्या प्रकारे (तापमानात) हाताळला, तर सुक्रॅलोज बराच काळ पदार्थांमध्ये टिकतो.

सॅक्रीन

साखरेपेक्षा ३००–५०० पटींनी गोड. वरीच वर्षे या साखरेचा उपयोग होत आहे. जास्तीतजास्त १५ मि.ग्रॅ. सॅक्रीन प्रति किलो (आपल्या वजनाच्या) प्रति दिन पदार्थातून घेणे अपायकारक नाही. सॅक्रीन व कॅन्सर यांचा काही एक संबंध नाही, असे संशोधन सांगते. ही साखर पदार्थातून शेवटी शेवटी थोडी कडवट चव जाणवते.

काही शहरी ग्राहकांना पदार्थात कमी कॅलरीज (उष्मांक) हव्या असतात. ती गरज वरील साखरेचा योग्य वापर करून पूर्ण होऊन शकते.

स्वीटनर

- **बल्क (पौष्टिक)**
  - साखर (रिफाइंड साखर, सुक्रोज, फ्रुक्टोज, डेक्सरोझ, माल्टोझ इ.)
  - शुगर रिप्लेसमेंट (सारबीटॉल, मॅनीटोल, आयसोमास्ट इ.)
- **प्रखर (अपौष्टिक)**
  - नैसर्गिक (वनस्पतीद्वारे) स्टीवीऔसाईड, थाऊमॅटीन
  - संयोगक्रियेद्वारा निर्माण केलेले (सिंथेटिक) (ॲसपरटेम, एसल्फेम, सॅक्रीन, सुक्रोज इ.)

कृत्रिम साखरेचे नाव	दुग्धपदार्थ, पेय इ.	कमाल प्रमाण (मि.ग्रॅ)
सॅक्रीन	सॉफ्ट ड्रिंक कॉन्सन्ट्रेट	१००
	मिठाई, हलवा, म्हैसूर पाक, बुंदी लाडू, जिलेबी, खवा बर्फी, पेढा, गुलाबजामुन, दूध चॉकलेट, प्लेन चॉकलेट	५००
	च्युईंगम, बबलगम	३०००
ॲसपरटेम	सॉफ्ट ड्रिंक कॉन्सन्ट्रेट	७००
	बिस्कीट, ब्रेड, केक, पेस्ट्री	२२००
	मिठाई, हलवा, म्हैसूरपाक, बुंदी लाडू, जिलेबी, खवा बर्फी, पेढा, गुलाबजामुन, रसगुल्ला	२००
	जॅम, जेली	१०००
	चॉकलेट	२२०००
	च्युईंगम, बबलगम	१००००
	कन्फेक्शनरीज	१००००
एसल्फेम–के	सॉफ्ट ड्रिंक कॉन्सन्ट्रेट	३००
	बिस्किट, ब्रेड, केक, पेस्ट्रीज	१०००
	मिठाई, हलवा, म्हैसूरपाक, बुंदी लाडू, जिलेबी, खवा बर्फी, पेढा, गुलाबजामुन, रसगुल्ला	५००
	च्युईंगम, बबलगम	५०००
	कन्फेक्शनरीज	३५००
सुक्रॅलोज	सॉफ्ट ड्रिंक कॉन्सन्ट्रेट	३००
	बिस्किट, ब्रेड, केक पेस्ट्रीज, मिठाई, हलवा, म्हैसूरपाक, बुंदी लाडू, जिलेबी, खवा बर्फी, पेढा, गुलाबजामुन, रसगुल्ला	७५०
	आइस्क्रीम	४००
	जॅम, जेली	४५०
	च्युईंगम	१२५०
	केक मिक्स	७००
	कन्फेक्शनरीज	१५००

दुग्धजन्य पदार्थांमध्ये कृत्रिम साखरेचा योग्य वापर महत्त्वाचा...

कमी कॅलरीज, कमी फॅटचे पदार्थ तयार करताना थोड्या अडचणी येतात. काळजीपूर्वक प्रक्रिया आणि योग्य प्रकारच्या कृत्रिम साखरेची निवड करून बऱ्याचशा अडचणी दूर करता येतात. कृत्रिम साखर निवडताना त्या साखरेचा गुणधर्म, पदार्थात मिसळल्यानंतरची स्थैर्यता, त्या पदार्थात कृत्रिम साखर एकत्र होणे, साखरेची प्रति दिन स्वीकार्हता इत्यादींबाबत माहिती आवश्यक आहे. तसेच ज्या पदार्थात आपण कृत्रिम साखर मिसळणार आहोत, त्या पदार्थाचा सामू किती आहे तसेच तो किती गरम करणार आहोत हेही महत्त्वाचे आहे. काही प्रकारची कृत्रिम साखर ठरावीक सामूस गोडवा टिकवून ठेवतात. ॲसपरटेम जसे मोठ्या फरकातील सामूवर (पदार्थाच्या) काम करते; परंतु ॲसपरटेमची स्थैर्यता कमकुवत आम्लात म्हणजे ३ ते ५ मध्ये असते. मूळच्या दुधाच्या ६.६ सामूमध्ये ॲसपरटेम निकृष्ट ठरते. यात गोडवा नाहीसा होतो. हा प्रकार ४ ते ५ सामूमध्ये कमी आढळतो.

एसल्फेम–के ही कृत्रिम साखर ज्या पेयांमध्ये आहे ती पेये पाश्चराईझ (७२ अंश सेल्सिअस/१५ सेकंद किंवा ६३ अंश सेल्सिअस/३० मिनिटे) करता येतात. यात एसल्फेम–केचा गोडवा नाहीसा होत नाही. बेकरी पदार्थात (जेथे प्रक्रियेदरम्यान जास्त तापमान आहे) एसल्फेम–केचे विघटन झाल्याचे आढळून आलेले नाही.

राष्ट्रीय डेअरी संशोधन संस्थेत झालेले संशोधन

कलाकंद

दूध
↓
गाळून घेणे
↓
तापवत राहणे
↓
सायट्रिक ॲसिड मिसळणे (०.०२ टक्का)
↓
दाणेदार खवा
↓
ट्रेमध्ये (ट्रेच्या तळाला हलकेसे तूप लावावे)
१५ मि. थंड करणे
↓
साखर ६% किंवा सॅक्रीन (०.०१५ टक्का)
(सॅक्रीन २५ मिली दुधात एकजीव करणे)
↓
पुन्हा खवा दहा मिनिटे सुकवणे
↓
पॅकेजिंग (५ ते ७ अंश सेल्सिअस
तापमानास ठेवणे.)

कुल्फी

म्हशीचे दूध
↓
प्रमाणीकरण करणे
↓
३२% (टीएस) पर्यंत आटवणे
↓
बल्किंग एजंट (सॉरबिटॉल ५.५% आणि
माल्टोडेक्सट्रिन ४.२६% मिसळणे)
↓
थंड करणे (२५–३० अंश सें.)
↓
ॲसपरटेम मिसळणे (०.१ टक्के)
↓
कुल्फी कोनमध्ये भरणे
↓
फ्रिजिंग (बर्फ आणि मीठ ४:१ घेणे)
↓
कुल्फी
↓
डीप फ्रिजमध्ये ठेवणे.

रसगुल्ला

गाईचे दूध
↓
प्रमाणीकरण (३.५% फॅट, ८.५% एसएनएफ)
↓
तापवणे
↓
गाळणे
↓
गरम करणे

सायट्रिक ॲसिड
↓
थोड्या पाण्यात गरम करणे → साकळवणे → निवळी

साकळवणे
↓
निवळी गाळणे
↓
छन्ना
↓
मळणे, छोटे गोळे तयार करणे (६–७ ग्रॅम)
↓
४०% सॉरबिटॉलमध्ये उकळणे (२० मिनिटे)
↓
४०% सॉरबिटॉल आणि ०.०८ टक्का ॲसपरटेममध्ये मुरावयास ठेवणे
↓
शुगर फ्री रसगुल्ला

कृत्रिम साखरेचे तुलनात्मक गुणधर्म

गुणधर्म	ॲसपरटेम	एसल्फेम–के	सॅक्रीन	सुक्रॅलोज
तुलनात्मक गोडवा (साखरेशी)	२००–३०० पट	२०० पट	४००–५०० पट	६००–८०० पट
पदार्थ खाल्ल्यानंतरची जाणवणारी चव	नाही	थोडी	कडवट	नाही
स्थैर्यता	कमी आम्लतेत स्थिर (सामू ३ ते ६)	तापमानास स्थिर आम्ल, अल्कलीत स्थिर	तापमानास स्थिर, आम्ल, अल्कलित स्थिर	तापमानात स्थिर आम्ल, अल्कलीत स्थिर
विद्राव्यता	पाण्यात सौम्य विरघळते, इथेनॉलमध्ये थोडे विरघळते (१० ग्रॅम/लि. २० अंश सें.)	पाण्यात मुक्तपणे विरघळते, इथेनॉलमध्ये थोडे विरघळते (२७०ग्रॅ/लि. २० अंश सें.)	पाण्यात थोडे विरघळते. अल्कोहोलमध्ये सौम्य प्रमाणात विरघळते	अल्कोहोल, मिथेनॉल पाण्यात मुक्तपणे विरघळते.
जास्तीतजास्त स्थिरतेसाठी आवश्यक सामू	४.५–६.०	६.५–७.५	७.०–८.५	५.०–६.०
किती प्रमाणात वापरावे (मिग्रॅ प्रतिकिलो वजन)	५०	१५	५	५

शेळीचे दूध आणि त्यापासूनचे दुग्धपदार्थ

▲▲

गाय, म्हशीच्या दुधापेक्षा थोडा वेगळेपणा, चांगले गुणधर्म असणाऱ्या शेळीच्या दुधाला भविष्यात चांगली बाजारपेठ मिळू शकते. जातिवंत दुधाळ शेळीचे चांगले व्यवस्थापन करून दूधउत्पादन वाढवणे शक्य आहे. ग्राहकांना शेळीच्या दुधाची पौष्टिकता, गुणधर्म पटवून देऊन दूध व दुग्धजन्य पदार्थ विकणे शक्य आहे.

▼▼

शेळीची दूधउत्पादकता गाई, म्हशींपेक्षा अत्यंत कमी असल्याने, आपल्याकडे शेळीच्या दुधापासून पदार्थ फार मोठ्या प्रमाणात तयार केले जात नाहीत. गाय आणि म्हशीनंतर दूध देणाऱ्या जनावरांमध्ये शेळीचा क्रम लागतो. जातिवंत दुधाळ शेळीचे चांगले व्यवस्थापन करून दूध उत्पादन वाढवण्याचे प्रयत्न संशोधन संस्था, तसेच प्रयोगशील पशुपालक करत आहेत.

शेळी ठरेल फायदेशीर

- शेळीची दूधउत्पादन क्षमता जरी कमी असली, तरी दुधाचे पोषणमूल्य, रासायनिक गुणधर्म व दुधापासून पदार्थनिर्मिती क्षमता गाई, म्हशीच्या दुधाइतकीच; किंबहुना त्यापेक्षाही अधिक आहे.
- गाई–म्हशींच्या तुलनेत शेळ्यांच्या देखरेखीवरील खर्च कमी आहे. नेहमी उत्तम, दर्जेदार खाद्य असलेच पाहिजे असे बंधन नाही. ज्या अडचणीच्या ठिकाणी गाई, म्हशी चरण्यासाठी जाऊ शकत नाहीत, तेथे शेळ्या पोचू शकतात.
- चाऱ्याच्या स्वरूपात दिलेल्या अन्नघटकांच्या प्रमाणात शेळ्यांची दुधात रूपांतर करण्याची क्षमता गाईपेक्षा शेळीमध्ये जास्त (३५%) आहे.
- ग्राहकांना शेळीच्या दुधाची पौष्टिकता, गुणधर्म पटवून देऊन दूध व दुग्धपदार्थ विकता येतील.
- परदेशात शेळीच्या दुधापासून चीज व इतर दुग्धपदार्थ बनवले जातात.
- शेळीच्या दुधाचा वापर साबण, सौंदर्य प्रसाधने निर्मितीमध्येही केला जातो.

सानेन जातीच्या शेळीपालनासाठी आधुनिक व्यावसायिक गोठे आहेत.
या शेळीच्या दुधाला चांगली मागणी असते.

शेळीच्या दुधाला वास का येतो?

शेळीच्या दुधाला गाई–म्हशीच्या दुधापेक्षा कमी प्रतीचे समजले जाते, याचे कारण म्हणजे शेळीच्या दुधाला येणारा एक विशिष्ट प्रकारचा उग्र वास. खरे तर हा वास दुधातील अंगीभूत नसून, तो दुधाने शोषण केलेला बोकडाचा वास असतो. बोकडाच्या शरीराला अतिशय उग्र वास असतो. शेळ्यांचे दूध काढताना कळपात बोकड असेल तर त्याचा वास दुधाला हमखास लागतो. म्हणून शेळीचे दूध काढताना गोठ्यात बोकड नसावा. म्हणजे दुधाला वास येणार नाही.

आहारात हवे शेळीचे दूध

- शेळीचे दूध गाय, म्हशीच्या दुधाच्या तुलनेत पचनास सुलभ असते; कारण शेळीच्या दुधातील स्निग्ध कण आकाराने लहान असतात.
- शेळीच्या दुधात लवकर पचणाऱ्या स्निग्धाम्लाचे (ब्युटिरिक, कॅप्राईक, कॅप्रिक, कॅप्रीलिक) प्रमाण इतर पशूंच्या दुधातील प्रमाणापेक्षा दुप्पट असते.
- प्रथिनातील केसीन कण आकाराने लहान असून, लॅक्टाब्ल्यूमिन जास्त असते. दुग्धशर्कराचे प्रमाण कमी असल्याने, तिचे लवकर विघटन होऊन पाचकता वाढते.
- शेळीच्या दुधातील खनिज पदार्थाचे प्रमाण (०.८०%) गाई–म्हशींच्या (०.७२%) दुधाच्या तुलनेत अधिक असल्याने, लहान मुलांच्या शरीराची वाढ जोमाने होण्यास मदत होते.
- गाई–म्हशींच्या दुधाची ॲलर्जी असणाऱ्या व्यक्तींना शेळीचे दूध उपयुक्त ठरते.
- शेळीच्या १०० ग्रॅम दुधापासून सुमारे ६० ते ७५ कॅलरी ऊर्जा मिळते. हे प्रमाण

गाईच्या दुधाच्या जवळपास आहे; पण म्हशीच्या दुधापेक्षाबरेच कमी आहे. दुधातील स्निग्धांश व इतर घन पदार्थांच्या टक्केवारीवर हे अवलंबून असते.

- जीवनसत्त्वांच्याबाबतीत गाईचे दूध शेळीच्या दुधापेक्षा सरस ठरते. कारण शेळीच्या दुधात जीवनसत्त्व ब–६ व ब–१२ चे प्रमाण बरेच कमी आहे.
- रोजच्या आहारात लागणाऱ्या एकूण कॅल्शिअमपैकी ३२.६% कॅल्शिअम व २७% फॉस्फरस (ड्राय व्हॅल्यू) एक कपभर शेळीचे दूध पुरवते. सदरचे प्रमाण गाईच्या दुधापेक्षा जास्त आढळते.
- शेळीचे दूध पोटॅशिअमचा चांगला स्रोत आहे. पोटॅशियम हे एक आवश्यक खनिज असून, रक्तदाब सर्वसाधारण ठेवण्यास व हृदयाचे कार्य व्यवस्थित ठेवण्यास मदत करते.
- काही संशोधन संदर्भात शेळीच्या दुधातील एकूण प्रथिनांचे, खनिजांचे जास्तीचे प्रमाण यामुळे लहान बाळांसाठी तितकेसे योग्य नाही असे नमूद करण्यात आले आहे. परंतु लहान बाळांच्या विशेष खाद्याच्या सूत्रात शेळीच्या दुधाचा वापर होऊ शकतो.
- चेतासंस्थेची नैसर्गिक शक्ती, कार्यक्षमतेसाठी शेळीचे दूध हे एक उत्तम औषध आहे.
- काही संशोधनाअंती असे आढळले, की ४०% पेशंट शेळीच्या दुधातील प्रथिनांपेक्षा गाईच्या दुधातील प्रथिनांना संवेदनशील आढळले.

शेळीच्या दुधापासून दही, चक्का, श्रीखंड, खवा, छन्ना, लोणी, तूप आदी पदार्थ बनवता येतात. शेळीच्या दुधापासून विविध पदार्थांची निर्मिती करून संशोधकांनी त्यांच्या चाचण्या घेतल्या आहेत. या उत्पादनांना ग्राहकांकडून चांगला प्रतिसादही मिळाला आहे. गाई, म्हशींच्या दुधाचे पदार्थ तयार करण्याच्या प्रचलित पद्धतीनेच शेळीच्या दुधाचे पदार्थ बनवले जातात. त्यासाठी वेगळ्या साधनसामग्रीची वा पद्धतीची गरज नाही.

परदेशातील उत्पादने

- शेळीच्या दुधापासून युरोपात चीज, तर रशियात केफीर बनवतात.
- ग्रीस आणि फ्रान्समध्ये शेळीच्या दुधापासूनचे चीज मोठ्या प्रमाणात बनवले जाते.
- शेळीच्या दुधातील फॅटी ॲसिडच्या घटकातील फरकामुळे एक वेगळीच चव चीजला मिळते. हे चीज पांढऱ्या रंगाचे असते, कारण शेळीच्या दुधात

शेळीची उपयुक्तता

शेळीपालन प्रामुख्याने मांस उत्पादनासाठी केले जाते.
काठेवाडी, सुरती या शेळ्यांची प्रतिदिन दूधक्षमता : २ ते ३ लीटर
देशातील एकूण दूधउत्पादनात शेळीदुधाचा वाटा : ३.५%

कॅरोटीन नसते.

- दोन टक्के फॅट आणि १०.५ टक्के एस.एन. एफ.ने प्रमाणित करून शेळीच्या दुधापासून आंबवून बनवलेले पदार्थ युरोप, अमेरिकेत प्रसिद्ध आहेत. हे पदार्थ सामान्यत: व्हिटॅमिन ए आणि व्हिटॅमिन डी मिसळून पोषणमूल्य वाढवून विकतात.
- परदेशांत शेळीचे दूध आइस्क्रीम तयार करण्यासाठी वापरले जाते, शिवाय किंमतही जास्त असते.
- स्पिरीट गोट सोप हा शेळीचे दूध व वनस्पती तेल एकत्रित करून बनवतात.
- लोशन आणि पोशन (औषधी)मध्येदेखील मॉईश्चरायझिंग लोशन, क्रीम बनवण्यासाठी शेळीच्या दुधाचा वापर होतो.
- सौंदर्यप्रसाधने तयार करण्यासाठी शेळीच्या दुधाचा वापर होतो.
- परदेशात काही कंपन्या हँडमेड गोट मिल्क सोप, गोट मिल्क लोशन, वुन्स बॉडी ऑइल, मेन्स बॉडी ऑइल, गोट मिल्क शाम्पूबार, गोट मिल्क स्कीन केअर क्रीम, शेविंग सोप, बेबी स्कीन केअर इत्यादी सौंदर्यप्रसाधने बनवतात.

छन्ना

- छन्ना तयार करण्यासाठी म्हशीच्या दुधापेक्षा गाईचे दूध जास्त पसंत केले जाते. संशोधनाअंती असे निदर्शनास आले, की शेळीच्या दुधापासून मऊ अंगबांधणीचा छन्ना मिळतो. मऊ छन्न्यासाठीच गाईचे दूध, म्हशीच्या दुधापेक्षा जास्त वापरले जाते.
- मऊ छन्न्यामुळे उत्तम गुणवत्तेचा रसगुल्ला शेळीच्या दुधापासून बनवता येतो. गाईच्या दुधापेक्षा शेळीच्या दुधापासूनचा रसगुल्ला हा अधिक पांढऱ्या रंगाचा तयार होतो. मऊ, नरम, गुळगुळीत पोत असलेला, सौम्य आम्लता असलेला रसगुल्ला शेळीच्या दुधापासून बनवता येतो.
- शेळीच्या दुधापासूनच्या छन्न्यात ५५.३७% आर्द्रता, २३.९२% फॅट, १७.२६% प्रथिने आणि २.२१% लॅक्टोज (साखर) आणि १.६३% राखेचे प्रमाण आढळते.

- गाईच्या व शेळीच्या दुधापासून बनवलेला संदेश (बंगाली पदार्थ) हा सर्व बाबतीत सारखाच आढळतो.

चक्का, श्रीखंड

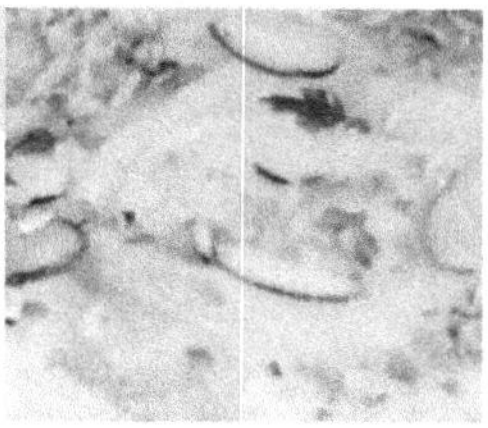

- गाईच्या दुधापासूनचे आणि शेळीच्या दुधापासूनचे दही चव, रंग, वास, अंगबांधणी इत्यादींमध्ये समान आढळते.
- शेळीच्या दुधापासून तयार केलेल्या दह्याचा रंग गाईच्या दुधापासून तयार केलेल्या दह्याच्या तुलनेत थोडा उजळलेला, पांढरा असतो. हे दही थोडे मऊ असते.
- शेळीच्या दुधापासूनच्या चक्क्यात मात्र जास्तीची आर्द्रता (७१.४८%), तर गाईच्या दुधापासूनच्या चक्क्यात (४५.४३%) कमी आर्द्रता असते. यामुळेच शेळीच्या दुधापासूनचा चक्का मऊ आणि कमकुवत अंगबांधणीचा होतो.
- गाईच्या दुधापेक्षा (४५.४३%) शेळीच्या दुधापासूनच्या श्रीखंडात जास्त आर्द्रता (४९.८८%) आढळते.
- उत्तम अंगबांधणीचा चक्का तयार होण्यासाठी शेळीचे दूध थोडे जास्त वेळ उकळावे म्हणजे चक्क्यात येणारी आर्द्रता कमी राहील. कमकुवत अंगबांधणी मिळणार नाही.

बटर

- शेळीच्या दुधातील घटकांमुळे शेळीच्या दुधापासूनच्या बटरमध्ये नेहमीच्या बटरपेक्षा वितळण बिंदू कमी आढळतो. यामुळे बटर पसरवणे सोपे जाते. यामुळेच आइस्क्रीममध्ये याचा वापर करण्यास सोईस्कर ठरते.
- शेळीच्या दुधात कॅरोटीन नसल्यामुळे बटरला छान पांढरा रंग येतो.
- शेळीच्या दुधापासून तयार केलेल्या बटरचा वापर आइस्क्रीम, सौंदर्यप्रसाधन आणि रुची आणण्यासाठी अनेक अन्नपदार्थ निर्मिती, केटरिंग, सॉसेस, मांस तळण्यासाठी होतो.

चीज

- चीजचे विविध प्रकार तयार करण्यासाठी शेळीचे दूध योग्य आहे. शेळीचे दूध वापरून बनवलेले मऊ प्रकारचे चीज फ्रान्स, युरोप, अमेरिका, स्पेन, युगोस्लाव्हिया, इटलीत प्रसिद्ध आहे.
- शेळीचे दूध म्हशीच्या दुधासोबत एकत्र करून मोझारेला चीजसाठी वापरता येते.

खवा

- शेळीच्या दुधाचा खवा किंचित थोडा पिवळसर आणि कठीण असा असतो.
- शेळीच्या दुधापासूनच्या खव्यास थोडी खारट चव मिळते. ही चव तशी स्वीकारार्ह होत नाही. दुधात जास्तीच्या क्लोराईडमुळे खारट (किंचित) चव येते.
- शेळीच्या दुधापासूनचा खवा करत असताना जवळपास शेवटच्या टप्प्यात तो चिकट होतो. शेवटच्या टप्प्यात फ्रीफॅट मुक्त होत नाहीत किंवा सुटत नाही, जे गाईच्या आणि म्हशीच्या दुधात होत असते.
- खवा चिकट न होण्यासाठी शेळीचे आणि म्हशीचे दूध १:१ याप्रमाणात घेऊन खवा बनवावा. या प्रकारच्या मिक्स दुधात कमीतकमी ५% फॅट व ९–१०% एस एन.एफ. असावे. या प्रकारच्या खव्यात २९.८५% आर्द्रता, २५% फॅट, १८.२८% प्रथिने आणि ३.५% अॅश असते.
- शेळीच्या दुधापासूनचा खवा थोडा रवाळ तयार होतो.

दुधातील पोषक घटकांचे तुलनात्मक प्रमाण (%)

घटक	शेळीचे दूध	गाईचे दूध	मातेचे दूध
घनपदार्थ	१२.९७	१२.०१	१२.५०
ऊर्जा	६९	६१	७०
प्रथिने	३.५६	३.२९	१.०३
दुग्धशर्करा	४.४५	४.६	६.८९
कॅल्शिअम	१३४	११९	३२
लोह	०.०५	०.०५	०.०३
मॅग्नेशिअम	१४	१३	३

घटक	शेळीचे दूध	गाईचे दूध	मातेचे दूध
फॉस्फरस	१११	९३	१४
पोटॅशिअम	२०४	१५२	५१
सोडिअम	५०	४९	१७
जीवनसत्त्व ब-६	६०	६०	१०
जीवनसत्त्व ब-१२	०.०६५	०.०३५७	०.०४५
जीवनसत्त्व ड	०.११	०.०३	०.०४
नायसीन	०.२७७	०.०८४	०.११७७

दुधातील घटकांची तुलना

घटक	मेंढी	शेळी	गाय
एकूण घटक (TS)	१८.३	११.२	१२.१
स्निग्धांश (%)	६.७	३.९	३.५
प्रथिने (%)	५.६	३.५	३.४
दुग्धशर्करा	४.८	४.१	४.५
झिंक	०.८५	०.३४	०.३
कॅल्शिअम	२१०.०	१५२.०	११०.०
फॉस्फरस	१३२.०	१०२.०	९०.०
सोडिअम	८६.५	५०.०	५८.०
मॅग्नेशिअम	१६.५	१६.०	११.०
लोह	०.२	०.०५	०.०४
जीवनसत्त्व ड	०.१८	०.११	०.४
रायबोफ्लेविन बी २	४.३	४.१	२.२
बी ६	०.७	०.६	०.५
बी १२	०.०९	०.००७	०.०३
थायमाईन	१.२	०.५	०.५
निकोटिक ॲसिड	५.४	२.५	१.०

निवळीपासून विविध पेय, कँडी आणि सूप

▲▲

पनीर, छन्ना, चक्का बनवताना उप-उत्पादन म्हणून मिळणारी पोषक निवळी ही बऱ्याच वेळा फेकून देण्यात येते; परंतु या निवळीचा वापर थंड पेय, व्हे कॉफी, कँडी, सूप, साधे पेय यांच्या निर्मितीसाठी करावा.

▼▼

पनीर, छन्ना, चक्का बनवताना निवळी (व्हे) हे उप-उत्पादन मिळते. पनीर, छन्ना तयार करताना मिळणाऱ्या निवळीचे प्रमाण जास्त असते. एका लीटर दुधापासून पनीर, छन्ना बनवताना किमान ७०० ते ८०० मिली निवळी मिळते. या निवळीत थोडीच परंतु उत्तम दर्जाची प्रथिने (०.४%) असतात. तसेच साखरेचे प्रमाणही चांगले (५%) असते. निवळीत जरी कमी प्रथिने असली तरी त्या प्रथिनांचा उपयोगात येणारा भाग जास्त आहे. त्यातील जैविक घटक (१०४) आणि पोषणमूल्यांचा विचार करता अंड्यानंतर निवळीचा क्रमांक लागतो.

उप-उत्पादन म्हणून मिळणारी पोषक निवळी ही बऱ्याच वेळा फेकून देण्यात येते, परंतु या निवळीचा वापर थंड पेय, व्हे कॉफी, कँडी, सूप, साधे पेय इत्यादींमध्ये करता येतो. लस्सी, ताकासारखे पॅकिंग करून निवळीपासून तयार केलेली विविध पेये बाजारपेठेत विक्रीस ठेवता येतील.

छन्ना आणि पनीर निवळीतील घटक : एकूण घन पदार्थ ६.४%, स्निग्धांश ०.५%, प्रथिने ०.४%, साखर ५.०%, राख ०.५%, आम्लता ०.४%

चांगल्या प्रमाणात पोषक मूलद्रव्ये असलेल्या निवळीवर प्रक्रिया करून उन्हाळ्यात थंड पेय म्हणून विक्री करता येते. यामध्ये फळे, सुगंध, साखरेचा वापर करून नवीन प्रकारची पेये ग्राहकांसाठी उपलब्ध करून देता येतील.

साकळलेल्या दुधातून निवळी काढून घेताना

अननस सुगंधाचे निवळी पेय

पनीरपासून तयार झालेल्या निवळीचा उपयोग करावा. निवळी घ्यावी.

↓

विरजण मिसळावे. (१ टक्का), तापमान ३० अंश सेल्सिअस ठेवावे.

↓

३० अंश सेल्सिअस तापमानास विरजण मिसळलेली निवळी २४ तास ठेवावी.

↓

मिश्रण गाळून घ्यावे.

↓

आम्लता नियंत्रित करावी.

↓

निवळी ७५% आणि पाणी २५% घ्यावे.

↓

मिश्रण एकजीव करावे.

↓

१८% साखर मिसळावी.

↓

मिश्रण ८० अंश सेल्सिअस तापमानास १५ मिनिटे गरम करावे.

↓

मसलीन (मलमल) कापडातून गाळून घ्यावे.

↓

२५ ते ३० अंश सेल्सिअस तापमानापर्यंत थंड करावे.

↓

अननस सुगंध ०.०५% मिसळावा.

↓

बाटलीत भरून ५.७ अंश सेल्सिअस तापमानास ठेवावे.

लिंबाचा रस वापरून बनवलेले पेय

लिंबाचा रस ५%, निवळी ८७% आणि साखर ८% घ्यावी.

↓

निवळी गाळून घ्यावी.

↓

साखर मिसळावी (८%)

↓

मिश्रण मसलीन कापडातून गाळून घ्यावे.

↓

लिंबाचा रस (५%) मिसळावा.

↓

मिश्रण एकत्र करावे.

↓

मिश्रण ८५ अंश सेल्सिअस तापमानास २५ ते ३० मिनिटे गरम करावे.

निवळी कँडी

- पनीर निवळीमध्ये गाईचे दूध एकत्र करून (अर्धा भाग निवळी, अर्धा भाग गाईचे दूध) गरम करून त्यात १४% साखर मिसळावी.
- सदरचे पेय बर्फाच्या ट्रेमध्ये ठेवून (रेफ्रिजरेशन करून) बर्फाचे गोळे म्हणजे कँडी बनवता येईल.
- साखर मिसळल्यानंतर आकर्षक रंगदेखील टाकता येईल.
- लहान मुलांसाठी निवळीचा वापर वाढवण्यासाठी घरच्या घरी बनवता येणारा चांगला पर्याय आहे.

कोकम सरबतापासूनचे निवळी पेय

निवळी

↓

२५ ते ३० अंश सेल्सिअस तापमानास थंड करावी.

↓

साखर मिसळावी (१५%)

↓

जिरा पावडर (०.१%) मिसळावी.

↓

कोकम ज्यूस (२.५ %) मिसळावा.

↓

शिफारशीत रंग मिसळावा.

↓

मिश्रण एकजीव करावे.

↓

थंड करून पॅकिंग करावे.

या पद्धतीत काही वेळा निवळीचे 'डिफॅटिंग' करून घेतात. क्रीम सेपरेटर मशीनने ते करता येते. कोकम ज्यूस, साखर मिसळण्याअगोदर निवळीचे 'डिप्रोटीनायझेशन'ही करतात. यासाठी निवळी गरम करून (९० अंश सेल्सिअस) रात्रभर तशीच ठेवून दुपदरी मसलीन कापडातून गाळून घेतात.

छन्ना निवळीत आंब्याचा रस वापरून बनवलेले पेय तयार करण्याची कृती

निवळी

↓

साखर मिसळावी (१४%)

↓

द्रावण ६० अंश सेल्सिअसला २५ ते ३० मिनिटे तापवावे.

↓

द्रावण थंड करावे (२५ ते ३० अंश सेल्सिअस)

↓

आंब्याचा रस मिसळावा (१०%)

↓

रस निवळीत एकजीव करावा.

↓

पेय बाटलीत भरून ५ ते ७ अंश सेल्सिअस तापमानाला फ्रिजमध्ये ठेवावे.

टीप : निवळीत आम्लता जास्त असल्यास ती ०.७५ ते ०.८० टक्क्यापर्यंत खाली आणावी, जेणेकरून पेय तयार केल्यानंतरचा स्वाद उत्तम राहील. वरीलप्रमाणे तयार झालेल्या पेयात शर्करा १६.२५%, प्रथिने ०.६६%, स्निग्धता ०.१४%, आम्लता ०.८८% इतकी असते. अशा प्रकारे आंबा रसाऐवजी सुगंध, रंगाचा वापर करून साखर (१४%) मिसळल्यासही चांगले पेय तयार होईल. बाजारात व्हॅनिला, रोझ, स्ट्रॉबेरी, पाइनॅपल असे अनेक प्रकारचे सुगंध उपलब्ध आहेत.

व्हे कोल्ड कॉफी ड्रिंक

पनीरच्या निवळीपासून व्हे कोल्ड कॉफी ड्रिंक बनवता येते. नुसत्या निवळीची चव थोडी आंबट, तुरट अशी असते. त्यामुळे साखर मिसळूनही बऱ्याचदा ही चव काहींना पसंत पडत नाही. यासाठी 'व्हे कोल्ड कॉफी ड्रिंक' उत्तम पर्याय आहे.

पनीर निवळी घ्यावी.
↓
निवळीचा सामू नियंत्रित करावा (६.५–६.६)
↓
निवळी : गाईचे दूध
(२ भाग निवळी आणि १ भाग गाईचे दूध)
↓
कॉफी पावडर मिसळावी. (०.३%)
↓
साखर मिसळावी. (१०%)
↓
स्टॅबिलायझर मिसळावा. (०.३५%)
↓
७२ अंश सेल्सिअस तापमानास पाच मिनिटे गरम करावे.
↓
पॅकिंग करावे.
↓
५ ते ७ अंश सेल्सिअस तापमानास ठेवावे.

निवळीत लॅक्टोजचे प्रमाण ५% एवढे असते. लॅक्टोज म्हणजे दुधातील साखर होय. या लॅक्टोजच्या चांगल्या गुणधर्मामुळे अन्नात, औषधांमध्ये त्याचा वापर करतात. बेकरी, वेगवेगळ्या पावडरमध्ये अँटिकेकिंग एजंट म्हणून, तसेच टॅबलेट, कॅप्सूलसाठी फिलर म्हणून वापरतात. सॉसेस, ड्रेसिंगमध्ये स्वाद वाढवण्यासाठी, लहान मुलांच्या पोषण आहारात, इत्यादीमध्ये निवळीतील लॅक्टोजचा वापर होतो.

निवळीपासून सूप बनवणे

निवळीपासून फक्त थंड पेयच नाही, तर स्वादिष्ट सूपही आपण बनवू शकतो. जसे हॉटेलमध्ये अनेक प्रकारचे सूप्स असतात, त्याचसारखे पण बनवण्यास अगदी सोपे शिवाय पौष्टिकही.

निवळी सूपसाठी लागणारी सामग्री : टोमॅटो २५%, निवळी ७०%, मैदा १.१९%, कांदा १.१९%, लसूण ०.२४%, आले ०.२४%, तूप १.१९%, मीठ ०.८०%

निवळी सूपसाठी लागणारे साहित्य/सामग्री टक्केवारी स्वरूपात दिली आहे. म्हणजेच लसणाची पेस्ट ०.२४%, कांदा पेस्ट १.१९% अशा स्वरूपात घ्यावी. उदाहरणार्थ, एक लीटर सूपसाठी ७०० मिली निवळी, २५० मिली टोमॅटोचा गर, मैदा १२ ग्रॅम, लसूण पेस्ट २.४ ग्रॅम, मीठ ८ ग्रॅम अशा तऱ्हेने सामग्री घ्यावी.

कृती : पिकलेले टोमॅटो घेणे. तुकडे करून वाफवून गर तयार करणे. गराचे मिश्रण चांगले एकजीव करून घेणे. गर गाळून घेणे म्हणजे बिया, साल वेगळे होतील. निवळीबरोबर टोमॅटो गर मिक्स करून घेणे. कांदा, लसूण, आले पेस्ट, मैदा तुपातून थोडा गरम करून काढून घ्यावा. निवळी + टोमॅटो गर या मिश्रणाबरोबर भाजलेला मसाला (कांदा, लसूण इत्यादी) एकत्रित करणे व संपूर्ण मिश्रण उकळून घेणे. शेवटी मीठ टाकावे. मिश्रण सूपसारखे थोडे घट्ट होईपर्यंत उकळावे. यात ब्रेडच्या चकत्या कापून, शेकून घेऊन त्या सूपमध्ये आपण टाकू शकतो.

या प्रकारच्या सूपमध्ये भाज्यांचे बारीक तुकडे करूनही टाकता येतील. ती कृती पुढीलप्रमाणे :

मसाला भाजून घेणे (कांदा, लसूण, मिरची) | भाज्या
↓ | ↓
मैदा टाकणे. तुपाबरोबर मसाला परतून घेणे. | धुऊन घेऊन तुकडे करणे
↓ | ↓
→ निवळीत उकळून घेणे ←
↓
शाकाहारी निवळी सूप
↓
मीठ (चवीनुसार)
↓
उकळून घेणे

छन्ना, पनीरसाठी दूध फाडण्यासाठी सायट्रिक ॲसिड, लिंबू यांचा प्रमाणापेक्षा जास्त वापर केल्यास मिळणारे छन्ना, पनीर, निवळी हे जास्त आम्लता असलेले मिळेल. यासाठी पनीर, छन्ना बनवते वेळी एक लीटर दुधास दोन ग्रॅम सायट्रिक ॲसिड १०० मिली कोमट पाण्यात विरघळून गरम दुधात टाकणे, म्हणजे मिळणाऱ्या पदार्थ व उपपदार्थाची आम्लता प्रमाणापेक्षा जास्त राहणार नाही.

निवळी हे उत्पादन मिळण्यासाठी मुख्य दुग्धपदार्थ बनवावा लागेल. पण काही हलवाई, छन्ना–पनीर बनवणाऱ्यांकडे निवळी अगदी नगण्य दरात उपलब्ध होऊ शकते. अशा तऱ्हेने वेगळे ठरणारे बनवून निवळीतील प्रथिने (whey proteins) वाया न जाऊ देता खऱ्या अर्थाने आपण 'टाकाऊपासून शरीरास टिकवू' शकतो.

नायसीन : दुग्धपदार्थ टिकवण्यासाठी एक जैविक पर्याय

▲▲

दुग्धपदार्थांचा व्यवसाय वृद्धिंगत होण्यासाठी पदार्थ जास्त काळ सुस्थितीत टिकवण्याची नितांत गरज आहे व त्यासाठी विविध उपायांचा अवलंब केला जात आहे. त्यात रासायनिक पदार्थांचा अनिर्बंध/प्रमाणबाह्य वापर अनेक वेळा मानवी शरीरास हानिकारक ठरतो व त्याची जाण आजच्या ग्राहकाला आलेली आहे. यासाठी पारंपरिक भारतीय दुग्धजन्य पदार्थ अधिक चांगल्या रीतीने बनवून व नायसीनद्वारा टिकवून चांगली बाजारपेठ काबीज करू शकता.

▼▼

दुग्धपदार्थ व्यवसायक्षेत्रात काही छोटे उत्पादक देशी दुग्धपदार्थ तयार करून ते स्थानिक बाजारपेठेत विकतात किंवा विक्रेत्यांकडे पाठवतात. भारतासारख्या उष्ण कटिबंधातील देशात हिवाळा सोडल्यास बहुतांश तापमान ३० अंश से.च्या आसपास असते. हे तापमान हानिकारक जिवाणूंची वाढ होण्यास पोषक असल्यामुळे दुग्धपदार्थ जास्त काळ टिकू शकत नाहीत.

आज रासायनिक पदार्थांऐवजी जैविक पदार्थांची निर्मिती झाली असून, त्याची अति सूक्ष्म मात्रा दुग्धपदार्थ टिकवण्यास समर्थ असल्याचे संशोधनातून दिसून आले आहे. जैविक पदार्थ बहुतांशी सुरक्षित असून पदार्थाच्या गुणप्रतीवर त्याचा विपरीत परिणाम होत नाही. जैविक पदार्थ हे सूक्ष्म जिवांच्या चलनवलनात तयार झालेले असून, ते त्यांच्यापासून विविध भौतिक प्रक्रियांद्वारे अलग करून शुद्ध स्वरूपात मिळवलेले असतात. त्यामध्ये प्रामुख्याने नायसीन, डायअ‍ॅसिटिलीन, मायक्रोगार्ड, रीऊटरीन यांचा समावेश आहे. या जैविक पदार्थांमध्ये अनेक हानिकारक जिवाणूंची वाढ रोखण्याची क्षमता असते.

नायसीन

नायसीन या जैविक पदार्थाचे उत्पादन आणि वापर अलीकडच्या काळात फार मोठ्या प्रमाणावर होऊ लागला आहे, त्यामुळे केवळ नायसीनबद्दलची माहिती दिली आहे.

निसर्गात वारंवार आढळणाऱ्या 'स्ट्रेप्टोकोकस लॅक्टिस' प्रकारच्या जिवाणूपासून उत्पादित झालेले नायसीन हे एक सूक्ष्म जंतुनाशक आहे. नैसर्गिकरीत्या फार थोड्या

प्रमाणात नायसीन हे दुधात आढळते. सध्या विविध जैवजंतुनाशकामध्ये नायसीनचा वापर सर्वांत जास्त आणि व्यापारी तत्त्वावर केला जात आहे. गेली कित्येक वर्षे चीज व त्याच्या इतर जाती टिकवण्यासाठी नायसीन वापरले जात आहे. डेअरी उद्योगात नायसीनचा उपयोग प्रामुख्याने या वर्गवारीनुसार होतो.

- नवीन उत्पादन बाजारात आणताना विशेषत: जिथे गुणवत्ता हा निकष लागू होतो.
- पदार्थ खराब न होऊ देगे, उत्पादनात (प्रक्रियेमध्ये) तापमान कमी ठेवणे व पदार्थ खराब न होण्यावर नियंत्रण करणे.

दुग्धपदार्थ बनवण्याच्या प्रक्रियेमध्ये पदार्थावरील अति उच्च तापमानाचा वापर केल्यामुळे होणारे पदार्थावरील दुष्परिणाम नायसीनच्या वापरामुळे सुधारता येतात. हानिकारक जिवाणूंचा नायनाट करण्यासाठी अति उच्च तापमानाची गरज असते, पण नायसीन सदर जिवाणूंची वाढ होऊ देत नसल्यामुळे उच्च तापमानाची गरज भासत नाही. परिणामी दुग्ध पदार्थातील अन्नघटकांची पौष्टिकता व गुणधर्म टिकून राहतात.

नायसीनचे व्यापारी तत्त्वावर उत्पादन १९५० मध्ये अँपलीन अँड बॅरेट ली कंपनी, ट्रोबीज, इंग्लंड येथे 'नायसॅपलीन' या व्यापारी नावाने सुरू झाले. एक ग्रॅम नायसॅपलीनमध्ये २५,००० मायक्रोग्रॅम किंवा एक अब्ज रीडिंग युनिट शुद्ध नायसीन असते.

नायसीन हे वेगवेगळ्या वर्गांच्या सूक्ष्म जीवजंतूंना प्रतिरोध करते. जसे ए, बी, ई, एफ, जी, के, एम आणि एन या वर्गातील स्ट्रेप्टोकोकाय, स्टेफाईलोकोकाय, निमोकोकाय काही बॅसिलस जाती व Clostridium जातीतील जिवाणू नायसीन हे प्रामुख्याने ग्रॅम अधिक कोषधारक जिवाणू किंवा प्रतिरोधपणा हे त्या पदार्थावरील एकूण अतिसूक्ष्मजंतूंचे प्रमाण व पदार्थातील नायसीनचे प्रमाण यावर अवलंबून आहे. सुरुवातीलाच पदार्थात अतिसूक्ष्म जंतूंचे प्रमाण जास्त असेल तर कार्यक्षमता कमी होते. म्हणून दुग्धपदार्थ तयार करताना उत्तम स्वच्छता राखावी जेणेकरून सूक्ष्मजंतूचे प्रमाण कमी राहून नायसीन चांगले कार्य बजावू शकेल. विशेषत: नायसीन हे ग्रॅम नेगेटिव्ह जिवाणू, कवक आणि बुरशी विरुद्ध परिणामकारक नाही.

नायसीन हे अपायकारक नाही हे संशोधनअंती सिद्ध झालेले आहे. नायसीनचा वापर करण्यास सर्वप्रथम परवानगी ब्रिटनने त्यांच्या देशात दिली. संयुक्त अन्न परिषद, जागतिक आरोग्य संघटना (WHO) यांच्या तज्ज्ञ समितीने नायसीनला सन १९६९ मध्ये आंतरराष्ट्रीय स्वीकृती दिली. त्यांच्या शिफारशीनुसार ० ते ३३,००० युनिट्स मानवाच्या प्रति किलो वजनासाठी किंवा ४०० युनिट्स प्रति ग्रॅम अन्नासोबत वापरता येऊ शकते. भारतात पूर्वीपासून नायसीन हार्डचीज व प्रोसेस्ड चीजमध्ये वापरास परवानगी आहे.

दुग्धपदार्थ प्रकार	नायसीनचे पदार्थातील प्रमाण (रिडिंग युनिट/ग्रॅम)	तापमान (अंश से.)	पदार्थ टिकवण्याचा काळ (दिवस)
पाश्चराईज्ड दूध नियंत्रित	(* नायसीन न वापरता)	६	६ ते ७
	१००–२००		१०
रोगजंतुविरहित सुगंधी	नियंत्रित	३०, ५५	> १८०, < २१
चॉकलेट (स्टर्लाइझ दूध)	८०	३०, ५५	> १८०, > २१
योगर्ट	नियंत्रित*	७, २५	५, ३
	१००	७, २५	१०, ५
प्रोसेस्ड चीज	१००–१५०	१०	१२०
खवा	नियंत्रित*	१०, २२, ३०	६०, २१, १४
	१००	१०, २२, ३०	९०, > ४२, > २८
खीर	नियंत्रित*	४, ३७	१०–१५, २–३
	स्टरलाईझ (नायसीनरहित)	४, ३७	६०–७०, ३–४
	२००	४, ३७	१००–१५०, ८–१०
खीर (बी. स्टेरोथरमोफिलस भरवून) (१००० कोषधारक जिवाणू)	नायसीन २००	साध्या तापमानाला	सहा महिने
दही	१५	१५	३५
पनीर	१२० (पी.पी.एम.)	६ (±१)	८ ते ९

नायसीन वापरण्याची पद्धत

जैविक पदार्थ (बायोप्रिझर्वेटिव्ह) जास्तीतजास्त परिणामकारक ठरण्यासाठी तो कसा व पदार्थ बनतेवेळी कुठल्या वेळी टाकावा त्याची कार्यक्षमता अवलंबून आहे. मुख्यत्वे नायसीन ज्या पदार्थात वापरले आहे त्यात ते पूर्णपणे एकत्र झाले पाहिजे जेणेकरून त्याचा पदार्थातील सूक्ष्मजंतूंशी संपर्क येईल.

नायसीन बाजारात तांबड्या व पांढऱ्या रंगाच्या भुकटीच्या स्वरूपात उपलब्ध आहे. नायसीन भुकटी किंवा त्याचे पाण्यात किंवा दुधात केलेले द्रावण दुग्धपदार्थात एकजीव करावे. नायसीनची विद्राव्यता तशी कमी आहे. द्रावणाच्या सामूवर त्याची विद्राव्यता अवलंबून आहे. दोन सामूच्या द्रावणात नायसीनचे विरघळण्याचे प्रमाण १२% आहे, तर पाच सामूच्या द्रावणात फक्त ४% आहे. वेगवेगळ्या दुग्धपदार्थात नायसीन ठरावीक प्रमाणात मिसळून तो वेगवेगळ्या तापमानाला टिकवून नोंदी घेण्यात आल्या आहेत. शास्त्रज्ञांनी विविध दुग्धपदार्थ नायसीनचा वापर केल्यामुळे त्यांच्या टिकवण्याच्या क्षमतेत झालेली वाढ पुढील तक्त्यातून दिसून येते.

तसेच पेढा, काजू कतली, नारळपाणी यातही नायसीन घालून ते पदार्थ निर्यात होतात अशी माहिती नायसीन पुरवणाऱ्यांकडून मिळाली आहे.

नायसीन हे महाग असले तरी प्रत्यक्षात त्याचे पदार्थ टिकवण्यासाठी लागणारे प्रमाण फारच कमी आहे. आजचा ग्राहकवर्ग हा जागृत आहे व रसायने वापरून बनवलेला/टिकवलेल्या पदार्थाकडे त्याचा कल कमी होत चालला आहे. म्हणून नजीकच्या येणाऱ्या काळात शेतकरी पारंपरिक भारतीय दुग्धपदार्थ अधिक चांगल्या रीतीने बनवून व नायसीनद्वारा टिकवून चांगली बाजारपेठ काबीज करू शकतात.

दुग्धजन्य पदार्थ टिकवण्यासाठी अत्याधुनिक पॅकेजिंग

▲▲

उत्तम पॅकेजिंगचा वापर करून पदार्थ आहे त्या परिस्थितीत जास्तीतजास्त टिकवण्यास मदत होते. पदार्थ ग्राहकांपर्यंत व्यवस्थित पोहोचवण्यासाठी पॅकेजिंग हा अत्यंत महत्त्वाचा घटक आहे. विविध दुग्धपदार्थांसाठी वेगवेगळे पॅकेजिंग वापरून संशोधनाअंती काही निष्कर्ष काढले गेले आहेत.

▼▼

दुग्धजन्य पदार्थ टिकवण्यासाठी मर्यादा येतात. पदार्थ टिकवण्यास मदत होण्यासाठी, ग्राहकांपर्यंत व्यवस्थित पोहोचवण्यासाठी पॅकेजिंग हा अत्यंत महत्त्वाचा घटक आहे. बाजारात ब्रॅन्ड तयार करण्यासाठीही पॅकेजिंग महत्त्वाचे कार्य पार पाडते.

आपल्या देशात दुग्धपदार्थांचे उत्पादन हे लहान स्तरावर जास्त प्रमाणात केले जाते. आरोग्याच्या दृष्टीने हे पदार्थ व्यवस्थित न हाताळलेले व पॅकिंगकडे दुर्लक्ष केलेले असतात, हे सर्वज्ञात आहे. अपूर्ण पॅकेजिंग असलेले किंवा पॅकिंग नसलेले पदार्थ हे त्यांच्या गुणधर्मात अनेक बदल दर्शवतात त्यामुळे याचा परिणाम वितरणावर होतो.

उत्तम पॅकेजिंगचा वापर करून पदार्थ आहे त्या परिस्थितीत जास्तीतजास्त टिकवण्यास मदत होते. पॅकेजिंगसाठी ग्रीस प्रूफ पेपर, व्हेजिटेबल पार्चमेंट पेपर (बटर पेपर), प्लॅस्टिक कोटेड पेपर, पेपर बोर्ड इत्यादी अनेक कागद आणि त्यापासूनच्या पॅकेजिंगचा समावेश होतो. पॅकेजिंगसाठी काचेचादेखील उपयोग होतो. काच रंगीत किंवा रंगहीन असते; परंतु यात प्रकाशामुळे पदार्थ लवकर खराब होतो. सुगंधी दुधासाठी कमी वजनाच्या काचेच्या बाटल्या बाजारात उपलब्ध आहेत.

प्लॅस्टिकमध्ये अनेक प्रकारचे प्लॅस्टिक पॅकेजिंग उपलब्ध असून, आधुनिक तंत्राने ते वापरले जाते. प्लॅस्टिक हे वेगळ्या कागदांबरोबर किंवा वेगवेगळ्या प्रकारचे प्लॅस्टिक एकत्र करून लॅमिनेट तयार करतात.

विविध दुग्धपदार्थांसाठी वेगवेगळे पॅकेजिंग वापरून संशोधनाअंती काही निष्कर्ष काढले गेले आहेत.

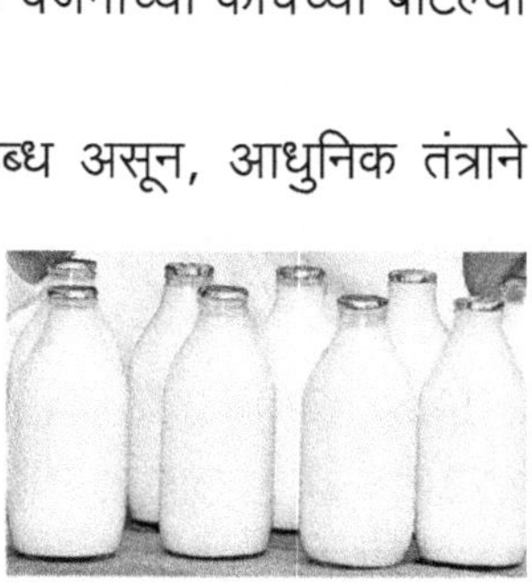

दुधासाठी कमी वजनाच्या बाटल्या

खवा

- FSSAI कायद्यानुसार खवा टिकवण्यासाठी कुठलाही पदार्थ वापरण्यास बंदी आहे. यामुळे खवा पॅकिंगला महत्त्व आहे. ॲल्युमिनियम फॉईल आणि एलडीपीई प्रकारच्या पॉलिथिनमध्ये खवा पॅक करून तो १३–१५ अंश से. तापमानास ठेवल्यास १४ दिवसांपर्यंत टिकवता येतो.
- खवा गरम असताना (९० अंश से.) टिन कॅन्स (लॅकर्ड असलेले म्हणजे कॅन्सचा आतील भाग हा रेझीन किंवा रेझीन ड्रायिंग ऑइल कॉम्लेक्स जे आतून लावून सुकल्यानंतर आत फिल्मसारखे तयार होईल)मध्ये भरल्यास या कॅन्समध्ये खवा १४ दिवसांपर्यंत चांगल्या (३७ अंश से. तापमान असल्यास) स्थितीत टिकतो.
- लॅमिनेट्सचा वापरही खवा पॅकिंगसाठी करतात. दोनपेक्षा जास्त किंवा तीन ते सात थर (वेगवेगळ्या पॅकेजिंग मटेरिअलचे) मिळून लॅमिनेट्स तयार होत असतात. पेपर/ॲल्युमिनियम फॉईल/एलडीपीई (लो डेन्सिटी पॉलिइथिलीन) फिल्म अशा प्रकारच्या लॅमिनेटमध्ये खवा पॅक केल्यास ते पॅकेट ३७ अंश से. तापमानास ठेवल्यास दहा दिवसांपर्यंत, तर हेच पॅकेज रेफ्रिजरेटरला ठेवल्यास ६० दिवसांपर्यंत खवा आपले गुणधर्म उत्तम राखेल. पॉलिइथिलीनमध्ये खवा पॅक करून ७+१ अंश से. तापमानास ठेवल्यास टिकण्याची क्षमता २५ दिवसांपर्यंत असते.

बर्फी, पेढा

- बर्फी गरम अवस्थेत निर्जंतुक केलेल्या पॉलिस्टर टब (१५० ग्रॅम) मध्ये भरून मल्टिलेअर नायलॉन पाऊचमध्ये हवाबंद पॅक केल्यास ३० अंश से. तापमानास ५२ दिवसांपर्यंत टिकते. यामध्ये हवाबंद पॅकिंग न करता ३० अंश से. तापमानास

दुग्धपदार्थांसाठीचे पॅकेजेस

दुग्धपदार्थ	पॅकेजचा प्रकार
सुगंधी दूध, लस्सी	एलडीपीई, एचडीपीई, टिन कॅन, काचेच्या बाटल्या
तूप, आटवलेले दूध, दही, श्रीखंड	पॉलिप्रोपॅलिन, पॉलिस्टरीन
पेढा, बर्फी, कलाकंद, चीज, चोकोबार	कार्ड बोर्ड बॉक्स, वॅक्स कोटेड पेपर इ.
गुलाबजामुन, रसगुल्ला, तूप, पनीर	टिन कॅन, लॅमिनेटेड पाऊच, एचडीपीई इत्यादी.

साठवल्यास बर्फी १६ दिवसांपर्यंत चांगल्या स्थितीत राहते.

- सर्वसाधारण पॅकेजमध्ये साधारण तापमानाला पेढा (२५–३० अंश से.) दोन आठवड्यांपर्यंत टिकू शकतो. निर्जंतुक केलेल्या श्रिंक रॅपमध्ये तीन आठवड्यांपर्यंत पेढे टिकतात. कार्ड बोर्डमध्ये (आतून पर्ल फिल्म) ५ अंश से. तापमानास पेढे ३० दिवसांपर्यंत टिकवता येतील.

रसगुल्ला, गुलाबजामुन

- दोन्ही पदार्थ बाजारात टिन कॅन्समध्ये मिळतात; परंतु हे कॅन्स आतून लॅकर्ड असायला हवेत. यामुळे अन्नपदार्थ व कॅनचा थेट संपर्क न होता पदार्थ खराब होणार नाही. गुलाबजामुन, रसगुल्ला या प्रकारच्या कॅन्समध्ये साधारण तापमानाला १८० दिवसांपर्यंत टिकतात.
- पॉलिस्टरीन कपमध्ये पॅक केलेले गुलाबजामुन ५ अंश तापमानास ३० दिवसांपर्यंत राहू शकतील. रसगुल्ले टिनमध्ये पॅक करताना रसगुल्ला व साखरेच्या पाकाचे प्रमाण ४०:६० ठेवल्यास व पदार्थ गरम अवस्थेत टिन (निर्जंतुक) मध्ये भरल्यास (पदार्थ तापमान ९० अंश से.) तो सहा महिन्यांपर्यंत अंगभूत गुणधर्म टिकवून ठेवू शकतो. गुलाबजामुन साखरेच्या पाकात सर्वसाधारण तापमानास ५–७ दिवस भरल्यास टिकवण्याच्या क्षमतेत वाढ करता येईल.

बासुंदी

- बासुंदीची सर्वसाधारणपणे टिकण्याची क्षमता ही ३७ अंश से. तापमानास दोन ते तीन दिवस आहे. ४ अंश सेंटिग्रेड तापमानास बासुंदी १०–१५ दिवसांपर्यंत टिकते. ॲल्युमिनियम फॉईलमध्ये ५ अंश से. तापमानास ठेवलेली बासुंदी ३० दिवसांपर्यंत उत्तम स्थितीत राहील.
- काचेच्या बाटलीत किंवा पॉलिप्रोपॅलीन कपमध्ये पॅक केलेली बासुंदी ७ अंश तापमानास २५ दिवसांपर्यंत टिकते. याच प्रकारात पॅकिंग करून ९० अंश से. तापमानास १० मिनिटे ठेवल्यास टिकवण्याची क्षमता १५ दिवसांनी वाढवता येईल.

श्रीखंड

- ३० अंश सेल्सिअस तापमानाला ठेवलेले श्रीखंड दोन–तीन दिवसांत खराब होते. परंतु रेफ्रिजरेशनला (४० अंश से.) ठेवलेले श्रीखंड ४० दिवसांपर्यंत रंग, चव इत्यादी टिकवून ठेवते. श्रीखंडासाठी पॉलिस्टरीन आणि पॉलिप्रोपॅलिनमध्ये पॅक करून १०

अंश सें.ग्रे.ला. ठेवलेले श्रीखंड १८० दिवसांपर्यंत टिकवता येते.

पनीर

- साधारण तापमानास (३०+३ अंश से.) पनीर एक दिवस किंवा त्याहीपेक्षा कमी टिकते. रेफ्रिजरेटर (पाच ते सात अंश से.) तापमानास पनीर सहा दिवस टिकत असले तरी त्याचा पृष्ठभाग तीन दिवसांनी पिवळा पडण्यास व पनीर थोडे कडक होण्यास सुरुवात होते. हे टाळण्यासाठी पनीर ॲल्युमिनिअम फॉईलमध्ये पॅक केल्यास रेफ्रिजरेशन तापमानास सहा दिवसांपर्यंत उत्तम स्थितीत टिकते.
- स्वच्छ उत्पादनाचे तंत्र वापरून तयार केलेले पनीर बाजारात सहज मिळणाऱ्या क्लिंग फिल्ममध्ये पॅक केल्यास ते एक आठवडा ते बारा दिवसांपर्यंत (रेफ्रिजरेशन तापमानाला) चांगले राहते. श्रिंक फिल्ममध्ये पॅक केलेले पनीर रेफ्रिजरेटर तापमानाला १६ दिवसांपर्यंत टिकते.
- पनीरचे छोटे तुकडे करून ते टीन कॅनमध्ये पॅक करून टिन कॅनना १५ मिनिटांसाठी ऑटोक्लेव्हिंग केले (प्रेशर कुकरसारखे), तर २५–३० अंश से. तापमानास सदर टिन कॅन्समधले पनीर ५० दिवसांपर्यंत टिकते. पनीर ५% मिठाच्या द्रावणात बुडवून ठेवल्यास ते ६ अंश से. तापमानास १२ दिवसांपर्यंत टिकेल. इव्हीए/इव्हीए/इव्हीडीसी/एव्हीए अशा प्रकारच्या चार विशिष्ट फिल्मच्या थरामध्ये पॅक केल्यास रेफ्रिजरेशन तापमानाला ९० दिवसांपर्यंत पनीर टिकवता येते, असे संशोधनाअंती सिद्ध झाले आहे.

दही

- दह्यासाठी पॉलिस्टरीनचे कप बऱ्याच ठिकाणी वापरतात. पॉलिप्रोपॅलीन, पीव्हीसी यांचाही वापर करता येईल. पॉलिस्टरीन किंवा पॉलिप्रोपॅलिनच्या कपात दही पॅक करून ५ अंश से. तापमानास फ्रिजला ठेवल्यास, ते सात दिवसांपर्यंत टिकू शकते.

लस्सी

- एलडीपीई (६०–८० मायक्रॉन) पाऊचमध्ये पॅकिंग करून ५ अंश से. तापमानास ठेवलेली लस्सी सात दिवसांपर्यंत टिकवता येईल.

दुग्धजन्यपदार्थांसाठी नावीन्यपूर्ण पॅकेजिंग

पदार्थ टिकवण्यामध्ये पॅकेजिंगचा महत्त्वाचा वाटा आहे. बाजारातील नवनवीन पॅकेजिंग मटेरिअल, तसेच नावीन्य, उपयुक्त अशा उपलब्ध पद्धतींचा वापर करून दुग्धपदार्थ टिकवण्याची क्षमता निश्चितच काही दिवस वाढवता येईल. या सर्व नावीन्यपूर्ण बाबी वापरताना, निवडताना दुग्धपदार्थ, त्यातील विविध घटक जसे स्निग्धांश, प्रथिने, आम्लता एकूण घनता (TS) इत्यादी विचारात घ्यावी. नवीन पद्धतींचा वापर केल्यास अन् त्याचबरोबर योग्य ते पॅकेजिंग मटेरिअल न निवडल्यास पदार्थ टिकवण्यास, चांगल्या स्थितीत ठेवण्यास अडचणी येतात.

हवाबंद पॅकिंग करण्यासाठीचे मशीन

पॅकेजिंग मटेरिअल्स

- **कागद आणि कागदापासूनची वेष्टने :** यात क्राफ्ट पेपर, ग्रीस पेपर, व्हेजिटेबल पार्चमेंट पेपर (बटर पेपर), व्हॅक्स कोटेड पेपर, प्लॅस्टिक कोटेड पेपर बोर्ड इत्यादींचा समावेश होतो. कार्टन बॉक्स, पिशव्या व कप तयार करण्यासाठी आणि गुंडाळण्यासाठी कागद वापरतात.
- **ग्लास (काच) :** काच पारदर्शक व अपारदर्शक असते. पारदर्शक काचेचे फायदेही आहेत व तोटेही. पारदर्शकतेमुळे पदार्थ दिसू शकतो; परंतु सूर्यप्रकाशामुळे पदार्थ खराबही होऊ शकतो. काचेच्या पॅकिंगमध्ये पदार्थ साठवणुकीचे काम चांगल्याप्रकारे जरी पार पाडत असले, तरी ते जड व वाहतुकीत अडथळा निर्माण करणारे असते.
- **टीन प्लेट/टीन कॅन्स :** यात ०.०२५ मि.मी. जाडीच्या पत्र्यावर इलेक्ट्रोलाइटिंग प्लेटिंग करून शुद्ध टीनचा मुलामा आतून व बाहेरून दिला जातो. सर्वसाधारणपणे टीन कंटेनरची रचना ही प्रथम एम एस प्लेट, नंतर टीन कोटिंग व त्यावर लॅकर अशी असते. टीन हे मजबूत व पदार्थ साठवणुकीसाठी चांगले गुणधर्म असलेले आहे. परंतु, टीन हे वजनास थोडे जड व जास्त किमतीचे आहे.
- **ॲल्युमिनिअम फॉईल :** अन्नपदार्थांसाठी वापरल्या जाणाऱ्या फॉईलची जाडी ही ०.०१२ ते ०.०१५ मिमी असते. गंजविरोधी म्हणून काही वेळेस याला प्लॅस्टिकचे आवरण देतात. वेष्टने, कार्टन बॉक्स यासाठी याचा उपयोग होतो. लॅमिनेटमध्येही ॲल्युमिनिअमचा वापर होतो.
- **प्लॅस्टिक :** पॅकेजिंगसाठी प्लॅस्टिक हे सर्वांत जास्त वापरले जाते. बॅग, पाऊचेस,

लॅमिनेटस इत्यादींमध्ये याचा वापर होतो. सर्वसाधारणपणे पॉलिइथिलीन, पॉलिप्रोपॅलीन, पॉलिस्टरीन, नायलॉन, पॉलिस्टर, पॉलिव्हिनिल क्लोराईड (PVC), पॉलिव्हिडिलीन क्लोराईड (PVDC), सेलोफॅन, सरान, पॉलिइथिलीन टेरापथॅलेट (PET) हे अन्नपदार्थांच्या पॅकेजसाठी वापरतात. या अनेक प्रकारच्या प्लॅस्टिकमध्ये घनता, तणावाचे शक्तिसामर्थ्य, फाटण्याची क्षमता, ऑक्सिजनची प्रवेशक्षमता इत्यादी फरक असतो. या प्रकारच्या क्षमता तपासून घेऊन त्या-त्या प्लॅस्टिकसंबंधी खात्री पटवता येते.

पॅकेजिंगच्या आधुनिक पद्धती

व्हॅक्युम पॅकिंग

- साधारण तापमानास फार कमी काळ टिकणारे दुग्धपदार्थ कुठलेही प्रिझर्व्हेटिव न टाकता व्हॅक्यूम पॅकेजिंगने टिकवण्याच्या क्षमतेत वाढ करता येते. या पद्धतीत चांगल्या प्रकारची प्लॅस्टिक फिल्म ज्याची बाहेरील ऑक्सिजन परावर्तीत करण्याची क्षमता, पाण्याच्या वाफेचा स्थानांतरणाचा दर, दाबाने फुटण्याची क्षमता इत्यादी क्षमता योग्य हव्यात. अशा प्रकारच्या फिल्म किंवा लॅमिनेट्स निवडून घ्याव्यात.

काऊंटर टॉप व्हॅक्युम पॅकिंग यंत्र

- अशा प्रकारच्या निवडलेल्या फिल्ममध्ये दुग्धपदार्थ टाकून तो व्हॅक्यूम पॅक यंत्रामध्ये ठेवावा. या यंत्रामध्ये हवा काढून घेण्यात येते. यामुळे पदार्थ व पॅकेज एकमेकास घट्ट असे चिकटतात. हवा संपूर्णपणे काढल्यामुळे सूक्ष्मजीवजंतूंची वाढ थोड्याफार प्रमाणात कमी होते. परंतु, यात वर उल्लेख केल्याप्रमाणे पॅकेज किंवा फिल्म चांगली हवी, यामुळे पदार्थ टिकवण्याच्या क्षमतेत आपोआप वाढ होते.
- **व्हॅक्यूम पॅकेजिंग यंत्राचे प्रकार :** बेल्टटाइप कंटिन्यूअस व्हॅक्यूम पॅकिंग यंत्र, काउंटरटॉप व्हॅक्यूम पॅकिंग यंत्र, उभट प्रकारची व्हॅक्यूम पॅकिंग यंत्र, डबल चेंबर, सिंगल चेंबर (ट्रॉलीसह), ब्रिक पॅकिंग (उभट)

  प्रकारानुसार यंत्राच्या क्षमताही बदलतात. यंत्राच्या किमती साधारण पन्नास हजार ते दोन-तीन लाखांपर्यंत आहेत. यात वरती झाकण असते. झाकण उघडून खोलगट भागात पॅक केलेला पदार्थ ठेवायचा. काही सेकंदांत पॅकेजमधील हवा काढून टाकली जाते. पनीर, खवा, छन्ना, मिठाई इत्यादींसाठी व्हॅक्यूम पॅकिंग चालू शकेल.

मॉडिफाइड ॲटमॉसफिअर पॅकेजिंग (MP)

- या पॅकेजिंगला कंट्रोल ॲटमॉसफिअर पॅकेजिंग (CAP) असेही म्हणतात. यात पॅकेज (पदार्थ असलेले)मधील हवा बाहेर काढून त्याजागी गॅस किंवा गॅसेसचे मिश्रण भरतात. या प्रकारात पदार्थ पॅक केल्यानंतर पॅकेज पदार्थास घट्ट चिकटत नाही. या पॅकेजिंगमध्ये हवेच्या जागी कार्बन डायऑक्साईड, ऑक्सिजन, नायट्रोजन हे गॅसेस गरजेनुसार भरले जातात. पनीर किंवा पनीरसारख्या पदार्थास ही पद्धत वापरतात. यामध्ये (८०% नायट्रोजन आणि २०% कार्बन डायऑक्साईड असे गॅसेसचे प्रमाण) पेढा पॅक केल्यास तो ३७ अंश सें. तापमानास ३० दिवसांपर्यंत टिकू शकतो.

बेल्ट टाइप कंटिन्यूअस व्हॅक्युम पॅकिंग यंत्र

- वेगळी चव, खासियत असलेले दुग्धपदार्थ, उदाहरणार्थ, कंदी पेढा, बर्फी (आंबा बर्फी, ऑरेंज बर्फी इत्यादी) अशा तऱ्हेने पॅकिंग करून निर्यात करता येतात. या पॅकेजमध्ये पदार्थ भरल्यानंतर पॅकेजमधील वरच्या भागातील हवा काढून त्याजागी फूड ग्रेड गॅस किंवा गॅसेसचे मिश्रण भरले जाते. या पॅकेजमुळे ऑक्झिडेशन रिॲक्शन आणि जीवजंतू वाढण्याचे प्रमाण अत्यंत कमी होते.

ऑक्सिजन ॲबसॉर्बर, स्कॅवेंजर

- ऑक्सिजन ॲबसॉर्बर, स्कॅवेंजर म्हणजे पदार्थ पॅकेजमध्ये भरल्यानंतर पॅकेजमधील वरच्या भागात (रिकाम्या) असलेला ऑक्सिजन काढून टाकणे किंवा शोधून घेणे होय. यात छोट्या पाऊचमध्ये रिड्यूस आयर्न, रिॲक्टिवडाय, ॲसकॉर्बिक ॲसिड इत्यादी भरले जातात. हे ॲबसॉर्बर, स्कॅवेंजर आतील अन्नपदार्थांबरोबर एकरूप न होता पदार्थास ऑक्सिजन किंवा हवेतील इतर घटकांपासून होणाऱ्या हानीपासून वाचवते. हे स्कॅवेंजर पदार्थ टिकवताना कमी होणाऱ्या जीवनसत्त्व सी, ई आणि अ यांनाही संरक्षण देते.

पॅकिंगमध्ये ऑक्सिजन ॲबसॉर्बरचा वापर

- काही पॅकेज, कंटेनर हे विविध घटकांनी खास बनवतात. यामुळे कंटेनरमधील ऑक्सिजनचे प्रमाण शून्य टक्क्यांपर्यंत (दोन वर्षांपर्यंत) राहते. यामुळे ऑक्सिजन शोषून घेण्यासाठी वेगळे असे घटक कंटेनर किंवा बॉटलच्या वरच्या भागात ठेवण्याची गरज नाही.

दुग्ध व्यावसायिकांसाठी अन्नसुरक्षा व मानके कायदा

▲▲

सन २०११ पासून अन्नसुरक्षा व मानके कायदा लागू झाला आहे. दूधविक्रेते, दूधप्रक्रिया करून पदार्थ तयार करणाऱ्यांना हा कायदा लागू असून, यासाठी नोंदणी करणे आवश्यक आहे. दुग्ध व्यावसायिकांनी नोंदणी कुठे करावी, परवाना आवश्यक आहे का, यासाठी फी व कुठली कागदपत्रे आवश्यक आहेत, यासंबंधी प्राथमिक माहिती.

▼▼

स्थायी/अस्थायी स्टॉलधारक, फिरताविक्रेता, उत्पादक/प्रक्रियाउद्योग, घरगुती खाणावळ/डबेवाले, यात्रा/धार्मिक स्थळे इत्यादी ठिकाणी अस्थायी अन्नपदार्थांची दुकाने, दूध उत्पादक सहकारी दूध उत्पादक संस्थेचे सभासद वगळून/दूध विक्रेते, मासे/मटण/पक्षी (कुक्कुट) मांस विक्रीचे दुकान (विक्रेते), इतर व्यवसाय यांसाठी नोंदणी किंवा नोंदणीच्या नूतनीकरणासाठी अन्नसुरक्षा व मानके कायदा २००६ अंतर्गत नमुना–अ किंवा नमुना–ब (आवश्यकतेनुसार) हा अर्ज करावा लागतो.

१) नमुना–अ हा अर्ज ५०० लीटरपेक्षा कमी दूध हाताळणी किंवा चिलिंग, प्रोसेसिंग करणाऱ्यांसाठी (किंवा १२ लाखांपेक्षा कमी उलाढाल) भरावा लागतो.

२) नमुना–ब हा अर्ज ५०० लीटरपेक्षा जास्त दूध हाताळणी किंवा चिलिंग, प्रोसेसिंग करणाऱ्यांसाठी आहे.

व्यवसायाच्या आवश्यकतेनुसार नमुना–अ किंवा नमुना–ब विहित नमुन्यात भरून जिल्ह्यातील अन्न, औषध प्रशासनाच्या कार्यालयात द्यावा. वरील दोन्ही नमुने सदर कार्यालयात उपलब्ध असून, अर्ज ऑनलाईनदेखील भरता येतो.

◈ परवान्यासाठी अर्जासोबत कुठली कागदपत्रे आवश्यक आहेत?

अर्जासोबत खालील कागदपत्रे आवश्यक आहेत :

१) पाच पासपोर्टसाइज फोटो

२) मतदान कार्ड/आधार कार्डाची फोटोकॉपी (छायांकित) प्रत

३) रेशन कार्ड (शिधापत्राची) फोटोकॉपी (छायांकित)

४) जागेचा उतारा/कर पावती

५) जागाभाड्याची असल्यास जागामालकाचे १०० रुपये स्टँपपेपरवर संमतिपत्र

६) महापालिका/नगरपालिका/ग्रामपंचायतचे ना-हरकत प्रमाणपत्र किंवा शॉप ॲक्ट प्रमाणपत्राची छायांकित प्रत.

व्यवसायासाठी भागीदारी असेल किंवा संचालक मंडळ असेल तर?

व्यवसायासाठी भागीदार किंवा अनेक भागीदार असतील तर भागीदारीचा करारनामा (Partnership Deed) करावा लागेल. हा करारनामा शंभर रुपयांच्या स्टँपपेपरवर करावा लागेल. अनेक भागीदार किंवा संचालक मंडळ असेल त्या सगळ्यांच्या सह्या अर्जावर राहतील.

अर्जावर उत्पादन करण्यात येणाऱ्या पदार्थांची यादी दिल्यानंतर काही दिवसांनी पदार्थांची संख्या वाढवायची झाल्यास?

पुन्हा नमुना ब अर्ज भरून फी भरावी. दर सहा महिन्यांनी फॉर्म डी-२ (५०० लीटरच्यावर हाताळणी) भरावा.

स्वत: उत्पादकांसाठी आणखी काही कागदपत्रे द्यावी लागतात का?

उत्पादक असाल तर आपण वापरत असलेल्या यंत्रांची यादी, उत्पादन होणाऱ्या पदार्थांची यादी, विजेच्या बिलाची छायांकित प्रत, तसेच अन्नसुरक्षा व्यवस्थापन नियोजन आराखडा द्यावा लागतो.

परवानापद्धत संपूर्ण महाराष्ट्रात एकच आहे का?

संपूर्ण महाराष्ट्रात परवानापद्धत एकच आहे. जिल्हा किंवा विभागानुसार त्यात बदल होत नाही.

व्यवसायाच्या सुरुवातीस परवाना आवश्यक असतो का? परवाना घेतल्यानंतर त्याचे नूतनीकरण किती वर्षांनंतर करावे लागते?

होय. व्यवसायाच्या सुरुवातीस परवाना लागतो. परवाना जर एका वर्षाचा घेतला असेल तर तो एक वर्ष संपण्याच्या ३० दिवस अगोदर पुन्हा नूतनीकरणासाठी अर्ज करावा लागतो. परवाना पाच वर्षांपर्यंतचादेखील घेता येतो.

परवान्यासाठी अर्ज दिल्यानंतर परवाना मिळण्यासाठी किती दिवसांचा कालावधी लागतो?

परवाना मिळण्यासाठी साधारणपणे ६० दिवसांचा कालावधी लागतो.

परवान्यासाठी किती खर्च येतो?

नमुना अ या अर्जाच्या फीसाठी दूध हाताळणी/चिलिंग/विक्री ही ५०० लीटरच्या आत असल्यास पाच वर्षांच्या परवान्यास ५०० रुपये खर्च येतो. ५०० ते १०,००० लीटर दुधाच्या हाताळणीसाठी तीन हजार रुपये प्रतिवर्ष आणि २५० ते ५०० मेट्रिक

टन प्रतिवर्ष दुग्धपदार्थ उत्पादकांसाठी तीन हजार रुपये प्रतिवर्ष एवढी फी लागते.

- **गाई/म्हशी सांभाळणाऱ्यांनाही परवाना आवश्यक आहे का?**

गाई, म्हशी सांभाळून उत्पादित दुधाची शेतकरी स्वत: विक्री करत असेल तर परवाना आवश्यक आहे. शेतकरी उत्पादित दूध जर सहकारी दूध संस्थेला पुरवत असेल तर परवाना आवश्यक नाही, परंतु शेतकरी सदर सहकारी दूध संस्थेचा सभासद असावा.

- **महिला बचत गट, दूध गोळा करणारे, दुधाचे घरोघरी वाटप करणारे यांच्यासाठीदेखील परवाना लागतो का?**

होय. या सर्व व्यावसायिकांसाठी परवाना आवश्यक आहे.

- **अन्न व औषध प्रशासन आणि महापालिका यांचे परवान्यासंदर्भात वेगवेगळे कायदे आहेत का?**

अन्न निरीक्षकांकडून मिळालेल्या माहितीनुसार, अन्नसुरक्षा व मानके कायदानुसार नगरपालिका/महापालिका अन्न व औषध प्रशासनासाठी काम करेल. नगरपालिका/महापालिका व्यवसायासाठी लागणारे ना-हरकत प्रमाणपत्र देईल. परवाना देण्याचे, रद्द करण्याचे संपूर्ण अधिकार अन्न व औषध प्रशासनाचे राहतील.

- **अन्न, औषध प्रशासनाच्या परवान्याव्यतिरिक्त आणखी कुठले परवाने घ्यावे लागतात?**

तालुका स्तरावर विक्रीसाठी शॉप ॲक्ट लायसेन्स घ्यावे लागेल. विक्री करताना 'वजने, मापे कायदा' याचे प्रमाणपत्र असल्यास चांगले. याव्यतिरिक्त आयएसओ, हसेप प्रमाणपत्र यासारखी प्रमाणपत्रे असलेल्या कंपन्यांच्या उत्पादनांना चांगली मागणी असते.

- **अतिरिक्त माहितीसाठी संकेतस्थळाचा पत्ता काय?**

www.fssai.gov.in यासंकेतस्थळावर ऑनलाइन अर्ज भरता येईल.

- **पदार्थांची निर्यात करावयाची असल्यास परवाना कुठून घ्यावा?**

पदार्थ निर्यातीबाबत अधिक माहिती सेंट्रल लायसेन्सिंग ॲथॉरिटी, बांद्रा-कुर्ला कॉम्प्लेक्स येथे उपलब्ध होईल. याच बरोबरीने FSSAIच्या संकेतस्थळावर याची माहिती उपलब्ध होईल.

कायद्याची अंमलबजावणी

५ ऑगस्ट २००८ मध्ये FSSAI (अन्नसुरक्षा व मानके कायदा)ची स्थापना.

५ मे २०११ मध्ये FSSAI चे नियम गॅझेटमध्ये सूचित केले गेले.

५ ऑगस्ट २०११ मध्ये FSSAI च्या नियमांची अंमलबजावणीस सुरुवात.

- **माल एका ठिकाणी उत्पादित करून अनेक जिल्ह्यांत उत्पादन विकल्यास अन्न व औषध प्रशासनाचे अधिकारी पदार्थाचे नमुने कुठून घेतील?**
  जिथे जिथे उत्पादन विकले जाईल किंवा उत्पादित होईल अशा कुठल्याही ठिकाणाहून अधिकारी नमुना घेऊ शकतात. सदर नमुन्यात त्रुटी आढळल्यास परवाना रद्द करण्याचे अधिकार त्यांना राहतील.
- **तालुका स्तरावर विक्रीसाठी शॉप ॲक्ट परवान्यासाठी कोठे अर्ज करावा?**
  शॉप ॲक्ट परवान्यासाठी कामगार कल्याण अधिकारी यांच्याकडे अर्ज करावा लागतो.
- **एखाद्या पदार्थासाठी किंवा नवीन पदार्थांसाठी मानके नसल्यास सदर पदार्थ कसा विकावा?**
  अशा पदार्थांना प्रोप्रायटरी फूड असे म्हणतात. परंतु हे पदार्थ हानिकारक नसावेत. त्यासाठी संपूर्ण माहिती देऊन त्याची परवानगी सेंट्रल लायसेन्ससिंग ऑथॉरिटी, मुंबई यांच्याकडून घ्यावी.
- **मोठ्या स्तरावरील दूध हाताळणी किंवा विक्री किंवा दुग्धपदार्थ निर्मितीसाठी कोणाकडे अर्ज करावा?**
  ५०,००० लीटर दूध हाताळणी किंवा २५०० मेट्रिक टन वरील दुग्धपदार्थ उत्पादनासाठी सेंट्रल लायसेन्सिंग ऑथॉरिटी, मुंबई यांच्याकडे अर्ज करून परवाना घ्यावा.

अन्नसुरक्षा मानके कायद्याचे निकष

दुग्ध व्यवसाय हा मोठ्या प्रमाणात असंघटित क्षेत्रात केला जातो. देशातील एकूण उत्पादित दुधापैकी केवळ १५% दुधावर प्रक्रिया केली जाते. देशातील घरगुती वापरासाठी दुधाचा वापर ४६ ते ४७%, तर असंघटितरीत्या दूध व दुग्धपदार्थ तयार करण्यासाठी ३८% दुधाचा वापर केला जातो. याचाच अर्थ जवळपास ८५% दूध असंघटितरीत्या हाताळले जाते. यासाठी अन्नसुरक्षा मानके कायदाच्या (FSSAI) प्रभावी अंमलबजावणीची गरज आहे. जुन्या पीएफए कायद्यासारख्याच अन्नसुरक्षा मानके कायदा कायद्याचा उद्देश दूध व दुग्धपदार्थातील भेसळीला अटकाव करणे हा आहे. परंतु घटकांचे (पदार्थातील) निकष न पाळणे, साठवणूक, पॅकेजिंग इत्यादी अनेक गोष्टी अन्नसुरक्षा मानके कायद्यामध्ये आणण्यात आल्या आहेत. नवीन कायद्यात दंडात्मक कारवाईवर भर देण्यात आला आहे.

अन्नसुरक्षा मानके कायदा फायदेशीर

- अन्नसुरक्षा मानके कायद्यामध्ये पदार्थ विकताना पॅक केलेल्या पदार्थांवर कोणकोणती माहिती असायला हवी, पदार्थांतील रंग, पदार्थ तयार करताना मिसळले जाणारे

पदार्थ, सूक्ष्मजैविकाचे प्रमाण असे निकष दिले आहेत. त्याची मदत उत्पादकास स्वच्छ , पौष्टिक अन्ननिर्माण करण्यासाठी नक्की होईल.

- दुग्धपदार्थांचा विचार करता अजूनही काही पदार्थांसाठी अन्नसुरक्षा मानके कायद्याचे निकष देण्यात आलेले नाहीत. अन्नसुरक्षा मानके कायद्याबाबत केंद्रीय सल्लागार समिती आणि त्यातील अधिकाराबाबत वेळोवेळी निघणारे नोटिफिकेशनद्वारे इतर दुग्धपदार्थांसाठीच्या निकषांचा समावेश करेल अशी आशा आहे.

पदार्थांचा नमुना घेण्याची पद्धत

- अन्नसुरक्षा अधिकारी नमुने घेताना चार नमुने घेतात. एक नमुना विश्लेषण, पृथक्करणासाठी, दुसरा आणि तिसरा नमुना साहाय्यक आयुक्त किंवा पदनिर्देशित अधिकारी यांच्याकडे, तर चौथा नमुना अन्नसुरक्षा प्रयोगशाळेत पाठवतात.
- चौथा नमुना व्यापाऱ्यास जर विश्लेषण करून घ्यायचा असल्यास अर्ज व रक्कम भरून अन्नसुरक्षा प्रयोगशाळेत कार्यालयामार्फत पाठवला जातो.
- पूर्वी अनेक मंत्रालयांतर्गत विभागला गेलेला पीएफए कायदा आता नवीन अन्नसुरक्षा मानके कायद्यामुळे स्वास्थ्य व परिवार मंत्रालयाच्या अंतर्गत येतो.

अन्नसुरक्षा अधिकाऱ्याचे अधिकार

- मानवी आहारासाठी विक्रीस उपलब्ध पदार्थाचा नमुना घेण्याचा अधिकार.
- नियमांचे उल्लंघन झाल्यास साठा जप्त करण्याचे अधिकार.
- उत्पादन स्थळ, साठवण आणि विक्री केंद्र अशा कोणत्याही ठिकाणी प्रवेश करून तपासणीचे अधिकार.
- अन्नपदार्थ मानवासाठी अयोग्य असल्यास उत्पादकास, व्यापाऱ्यास नोटीस देऊन सदर अन्नसाठा नष्ट करण्यास सांगू शकतात.

पदनिर्देशित अधिकारी, साहाय्यक आयुक्तांचे अधिकार

- अन्नसुरक्षा अधिकाऱ्यांवरचे प्रमुख म्हणून जिल्ह्यास पदनिर्देशित अधिकारी असतात.
- परवाना देणे, रद्द करणे, विक्रीस प्रतिबंध करणे असे यांचे अधिकार.
- अन्नसुरक्षा अधिकाऱ्यांकडून मिळालेले नमुने विश्लेषण करून घेणे.
- फिर्याद, खटला दाखल करणे, मंजूर करणे.
- अन्नसुरक्षा अधिकाऱ्याने केलेल्या तपासण्यांच्या सर्व नोंदी ठेवणे.
- तक्रारींची शहानिशा करणे, निपटारा करणे.

अन्नसुरक्षा मानके कायद्याच्या नियमाविरुद्ध कृती केल्यास होणारा दंड आणि शिक्षा

पदार्थांबाबतचे निकष न पाळणे	५ लाख रुपये
चुकीची जाहिरात देणे	१० लाख रुपये
अस्वच्छ उत्पादकता	१ लाख रुपये
परवाना नसणे	६ महिने कारावास + ५ लाख रुपये दंड
अन्नसुरक्षा अधिकाऱ्यास अटकाव करणे	३ महिने कारावास + १ लाख रुपये दंड
चुकीची माहिती देणे	३ महिने कारावास + १ लाख रुपये दंड

दूध व दुग्धपदार्थ विक्रीसाठी कायद्याचे निकष

समजा, एखादा उत्पादक म्हशीचे दूध ग्राहकांना विकत असेल, तर तसे पॅकेटवर 'म्हशीचे दूध' नमूद करणे बंधनकारक आहे. त्या म्हशीच्या दुधात कमीतकमी सहा टक्के फॅट व नऊ टक्के एस.एन.एफ. असायलाच हवेत. जर तफावत आढळली, तर दंडात्मक कायदेशीर कारवाई अन्नसुरक्षा अधिकारी करतात.

दुधासाठी महाराष्ट्रात आवश्यक असलेले निकष

दुधाचा प्रकार	कमीतकमी फॅट (%)	कमीतकमी एस.एन.एफ. (%)
म्हशीचे दूध	६	९
गाईचे दूध	३.५	८.५
शेळी किंवा मेंढीचे दूध	३.५	९.०
मिक्स मिल्क (दूध)	४.५	८.५
प्रमाणित दूध	४.५	८.५
रिकमबाइंड दूध	३.०	८.५
टोण्ड दूध	३.०	८.५
डबल टोण्ड दूध	१.५	९.०
स्किम दूध	०.५ (पेक्षा जास्त नको)	८.७
फूल क्रीम मिल्क	६.०	९.०

दुग्धपदार्थांसाठी निकष

विविध प्रकारचे दूध विकताना त्या प्रकारचा उल्लेख पॅकेटवर करणे बंधनकारक आहे. अशा प्रकारचे निकष दुग्धपदार्थांसाठीही आहेत.

क्रीम

गाई किंवा म्हशीपासून मिळणाऱ्या दुधातील (किंवा स्टरिलाईझ) क्रीम ज्यात पिष्टमय पदार्थाचा समावेश नसावा किंवा बाहेरील कुठल्याही पदार्थाचा समावेश नसावा.

कमी फॅटचे क्रीम – ज्यात २५% (वजनानुसार) पेक्षा कमी फॅट नको.

मध्यम फॅटचे क्रीम – ज्यात ४०% (वजनानुसार) पेक्षा कमी फॅट नको.

जास्त फॅटचे क्रीम – ज्यात ६०% (वजनानुसार) पेक्षा कमी फॅट नको.

छन्ना – पनीर

गाई किंवा म्हशीच्या दुधापासून बनवलेले पनीर, ज्यात दूध साकळवण्यासाठी ताक, लॅक्टिक ॲसिड, सायट्रिक ॲसिडचा वापर असावा. सदर पनीरमध्ये जास्तीतजास्त ७०% आर्द्रता असावी आणि ५०% (पेक्षा जास्त) फॅट असावे.

कमी फॅटचे पनीर – छन्ना अशी विक्री होत असेल तर खालीलप्रमाणे फॅट, आर्द्रता असावी.

१) आर्द्रता – ७०%पेक्षा जास्त नको. २) फॅट – १५%पेक्षा जास्त नको.

दही

पाश्चराईझ किंवा उकळवलेल्या दुधापासून बनवलेले, ज्यात अघातक अशा लॅक्टिक ॲसिड विरजणाचा किंवा विरजणांचा संयोग वापरून तयार केले दही. दह्यात साखरेचा वापर करता येईल. परंतु ज्याप्रकारचे दूध (गाय, म्हैस, मिश्र, शेळीचे दूध, प्रमाणित, स्कीम (फॅट विरहित)) दह्यासाठी वापरण्यात येईल, त्या दुधाचे निकष दह्यासाठी लागू होतील. उदाहरणार्थ, टोण्ड दूध जर दहीनिर्मितीसाठी वापरले, तर त्या दह्यात कमीतकमी ३% फॅट आणि ८.५% एस.एन.एफ. असावे.

आइस्क्रीम, कुल्फी, चॉकलेट आइस्क्रीम किंवा सॉफ्टी आइस्क्रीम

पाश्चराईझ्ड दुधापासून तयार केलेला गोठित पदार्थ जो साखर किंवा साखरविरहित, फळ आणि फळांचे पदार्थ, अंडी आणि त्याचे पदार्थ, कॉफी, कोको, चॉकलेट, मसाले, ज्यात बेकरीचे पदार्थ उदाहरणार्थ, केक किंवा कुकीजचे आवरण म्हणून असलेले असेल. सदर पदार्थांची चव व वास आल्हाददायक हवी.

खवा

पिंडी, धाप, दाणेदार किंवा कुठल्याही नावाने विकला जाणारा खवा जो गाईचे दूध, म्हशीचे दूध, शेळी, मेंढीच्या दुधापासून किंवा दुधापासूनच्या घन पदार्थांपासून तयार केलेला पदार्थ होय. यामध्ये फॅट ३०%पेक्षा कमी नकोत. ज्यात सायट्रिक ॲसिडचे प्रमाण ०.१ टक्का (टक्का वजनानुसार) पेक्षा जास्त नसावे. तसेच खव्यात पिष्टमय पदार्थ, साखर, रंग वापरण्यास परवानगी नाही.

घटक	आइस्क्रीम	मध्यम फॅटचे आइस्क्रीम	कमी फॅटचे आइस्क्रीम
एकूण घनता	३६%पेक्षा कमी नको.	३०%पेक्षा कमी नको.	२६%पेक्षा कमी नको.
फॅट	१०%पेक्षा कमी नको.	२.५%पेक्षा जास्त, पण १०%पेक्षा कमी नको.	२.५%पेक्षा जास्त, नको.
प्रथिने	३.५%पेक्षा कमी नको.	३.५%पेक्षा कमी नको.	३.०%पेक्षा कमी नको.

नमुना–अ

नोंदणी/नोंदणीच्या नूतनीकरणासाठी अन्नसुरक्षा व मानके कायदा २००६ अंतर्गत अर्ज

व्यवसायाचा प्रकार :

अ) अर्जदाराचे/आस्थापनाचे नाव : ....

ब) स्वतंत्र/भागीदार/मालक/सहकारी दूध उत्पादक संस्थेचे सचिव/इतर : ....

क) अर्जदाराची ओळखीबाबतची कागदपत्रे : ....
(आधार कार्ड/वाहन परवाना/पासपोर्ट/शिधापत्रिका/निवडणूक ओळखपत्र व इतर)

ड) पत्रव्यवहाराचा पत्ता : ....
फोन : .... मोबाईल : ....
फॅक्स नंबर : .... ई–मेल : ....

इ) अन्न व्यावसायिकाचे व्यवसायाचे ठिकाण : ....
आस्थापनेचा पत्ता : ....

फ) अन्नपदार्थाबाबत (विक्री/उत्पादनाबाबत)चातपशील :

अ.क्र.	अन्नपदार्थाची वर्गवारी	किलो/प्रतिदिन किंवा मे. टन/दिन
....	....	....
....	....	....
....	....	....

ग) अन्नपदार्थाच्या व्यवसायातून होणारी एकूण वार्षिक उलाढाल : ....
(परवाना नूतनीकरण असल्यास)

ह) नवीन व्यवसाय असल्यास व्यवसाय सुरू करण्याची नियोजित तारीख ....

ळ) हंगामी व्यवसाय असल्यास व्यवसाय सुरू व बंद असण्याचा कालावधी ....

क्ष) पाणीपुरवठ्याचा स्रोत : सार्वजनिक/ खासगी/इतर स्रोत

ज्ञ) अन्नपदार्थ उत्पादनासाठी वीज वापरली जाते काय? – होय/ नाही.
असल्यास : अश्वशक्ती .... एचपी व वीजवितरण संस्थेने मंजूर केलेला वीजदाब किती? .... एचपी

श्र) मी/आम्ही .... रुपये भरत आहोत.
धनाकर्ष क्र. .... (रु. ....)

दि.

ठिकाण

अर्जदाराची स्वाक्षरी

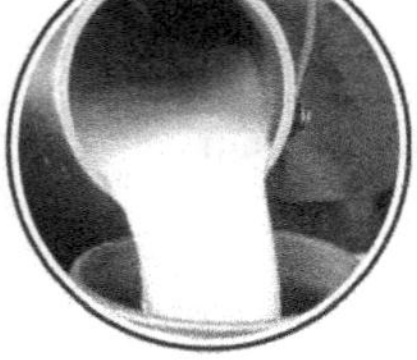

दुग्धपदार्थनिर्मिती प्रशिक्षण संस्था

▲▲

दुग्ध व्यवसाय, पदार्थ निर्मितीविषयी प्रशिक्षण आणि तांत्रिक विषयांची बऱ्याच शेतकऱ्यांना माहिती आवश्यक असते. या प्रकरणात दुग्धप्रक्रिया, प्रशिक्षण देणाऱ्या संस्थांची माहिती देत आहोत. या संस्थांच्या माध्यमातून दुग्धप्रक्रियेतील आधुनिक तंत्रज्ञानाबाबत जाणून घेणे शक्य होईल.

▼▼

महाराष्ट्रात अनेक संस्था, कृषी विद्यापीठे, कृषी महाविद्यालये, पशुवैद्यक महाविद्यालये, कृषी विज्ञान केंद्र, विभागीय विस्तार केंद्र कार्यरत आहेत. या ठिकाणच्या पशुविज्ञान व दुग्धशास्त्र विभागातील प्राध्यापक, संशोधकांची मदत दुग्धजन्य पदार्थनिर्मिती करणाऱ्या व्यावसायिकांना घेता येईल.

याचबरोबरीने राष्ट्रीय डेअरी संशोधन संस्था, कर्नाल (हरियाणा), कॉलेज ऑफ डेअरी सायन्स, आणंद (गुजरात) या संस्थेतील अनुभवी शास्त्रज्ञांची मदत घेता येईल.

कॉलेज ऑफ डेअरी सायन्स, आणंद (गुजरात)

- या ठिकाणी दुग्धतंत्रज्ञान, डेअरी रसायनशास्त्र, डेअरी सूक्ष्मजीवशास्त्र विभाग, डेअरी इंजिनिअरिंग, डेअरी विस्तार आणि डेअरीचे अर्थशास्त्र असे विभाग कार्यरत आहेत.
- इथे 'विद्या डेअरी' आहे. या डेअरी मध्ये विद्यार्थी पदवीचा एक भाग म्हणून प्रशिक्षणही घेतात. सदर डेअरीतील पदार्थांची निर्यातदेखील होते.

☎ : ०२६९२-२२५८४३

प्रशिक्षण शिबिरे

- विद्या डेअरी येथे विविध विषयांवर तीन ते सात दिवसांचे प्रशिक्षण शिबिर राबवले जाते. जास्त फॅटचे दुग्धपदार्थ तयार करणे, दुग्ध तंत्रज्ञानाचा अभ्यास नसलेल्या व्यावसायिकांसाठी दुग्ध तंत्रज्ञानातील बारकावे सांगणे, आंबवलेल्या दुग्धपदार्थासंबंधीचे तंत्रज्ञान, मोझारेला चीजनिर्मिती, चेडार चीजनिर्मिती, प्रोसेस चीजनिर्मिती इत्यादी विषयांवर प्रशिक्षण राबवले जातात.
- कमीतकमी बारा प्रशिक्षणार्थी उपस्थित राहणार असतील तर आवश्यक असलेल्या किंवा हव्या त्या विषयासंबंधी प्रशिक्षण दिले जाते.
- तज्ज्ञ व्याख्याते तंत्रज्ञान समजावून देतात. विद्या डेअरीत प्रत्यक्ष प्रात्यक्षिके होतात.

☎ : ०२६९२-२६२५०१ संकेतस्थळ : www.vidyadairy.in/contact.php

राष्ट्रीय डेअरी विकास महामंडळ, आणंद (गुजरात)

- डेअरी विषयात महत्त्वाचे काम करणारे हे महामंडळ आहे. देशभरातील अनेक तज्ज्ञांचा या महामंडळात समावेश आहे.
- प्रकल्प उभारणीसाठी संपूर्ण सल्ला देणे, तांत्रिक साह्य करणे हीदेखील महामंडळाची महत्त्वपूर्ण कामे आहेत. व्यावसायिकांना इथल्या तज्ज्ञांचा प्रकल्प उभारणीसाठी सल्ला घेता येईल.

☎ : ०२६९२-२६०१४८, २६०१४९ संकेतस्थळ : www.nddb.org

राष्ट्रीय डेअरी संशोधन संस्था

- ही संस्था कर्नाल (हरियाणा) या ठिकाणी आहे. याच संस्थेचे विभागीय कार्यालय कल्याणी (पश्चिम बंगाल) आणि बंगळुरू (कर्नाटक) येथे आहे.
- कर्नाल येथे दुग्ध तंत्रज्ञान, डेअरी रसायनशास्त्र, डेअरी सूक्ष्मजीवशास्त्र, डेअरी विस्तार, डेअरी अर्थशास्त्र असे विभाग कार्यरत आहेत.
- दुग्ध तंत्रज्ञान हा सर्वांत मोठा, महत्त्वाचा विभाग आहे. या विभागात दुग्धपदार्थनिर्मिती, त्यातील विविधता, नवीन तंत्र, पॅकेजिंग इत्यादींवर सखोल अभ्यास, संशोधन केले जाते.
- भारतातील विविध दुग्धपदार्थांची निर्मितीप्रक्रिया, टिकवण्याच्या क्षमतेत वाढ करणे, पॅकेजिंगवर भरपूर संशोधन झाले आहे. डेअरी इंजिनिअरिंग या विभागात अनेक प्रकारच्या दुग्धपदार्थांना तयार करण्यासाठी लागणाऱ्या विविध यंत्रणांचा अभ्यास, संशोधन होते.

- संस्थेमध्ये कृषी तंत्रज्ञान माहिती केंद्र आहे. या ठिकाणी संस्थेने विकसित केलेल्या तंत्रज्ञानाची माहिती उपलब्ध आहे. तसेच संस्थेमार्फत प्रकाशित साहित्य उपलब्ध आहे.

☎ : ०१८४-२२५९००८, २२५९०२३ कृषी तंत्रज्ञान माहिती केंद्र : ०१८४-२२५९५५१
संकेतस्थळ : www.ndri.res.in

तंत्रज्ञान प्रशिक्षण प्रकल्प

- राष्ट्रीय डेअरी संशोधन संस्था, कर्नाल येथे काही वर्षांपूर्वी टेक्नॉलॉजी बिझनेस इन्क्यूबिटर या प्रकल्पाची सुरुवात करण्यात आली आहे. दुग्धपदार्थनिर्मिती करू इच्छिणाऱ्या व्यावसायिकांसाठी अथवा व्यवसाय करत असणाऱ्यांसाठी हे महत्त्वाचे केंद्र आहे.
- हा प्रकल्प तंत्रज्ञान, नवीन डेअरीतील उपक्रमांची वाढ, उद्योजक घडवण्यासाठी व उद्योगासाठी आवश्यक असणाऱ्या सर्व सोयी, सल्ला, विक्रीतंत्राची माहिती पुरवते. सर्व सोयीसुविधांनी युक्त अशा प्रक्रियाकेंद्रात प्रत्यक्षात काम करण्याची संधीही या प्रकल्पात उपलब्ध आहे.
- दुग्धप्रक्रियेविषयी एकत्रित माहिती या ठिकाणी मिळते. याव्यतिरिक्त उद्योग तंत्राविषयी शिबिर, उद्योजकता वाढवण्यासाठी कार्यक्रम, प्रशिक्षण शिबिरांचे आयोजन केले जाते. तसेच अनुभवी व्यक्तींद्वारे, तज्ज्ञांद्वारे त्या प्रशिक्षणार्थीस उद्योग सुरू करण्यापर्यंत माहिती दिली जाते.

☎ : ०१८४-२२५९२९१, २२५१३४७ संकेतस्थळ : www.ndritbi.com

राज्यातील कृषी विद्यापीठे

- राहुरी, दापोली, अकोला आणि परभणी येथील कृषी विद्यापीठांतील पशुसंवर्धन व दुग्धशास्त्र विभागात झालेले संशोधन तसेच तेथील तज्ज्ञांची मदत व्यावसायिकांना घेता येईल.
- अन्न तंत्रज्ञान विभागातील तंत्रज्ञांचीही मदत घेता येईल.
- वेगवेगळ्या कृषी विद्यापीठांत दुग्धजन्य पदार्थांवर संशोधन झालेले आहे. त्या-त्या विद्यापीठातील ग्रंथालयांमध्ये विभागातील संशोधित माहिती प्रबंधांत मिळू शकते. याचा व्यावसायिकांना खूप फायदा होईल.
- अधिक माहितीसाठी कृषी विद्यापीठातील पशुसंवर्धन व दुग्धशास्त्र विभागाशी संपर्क साधावा.

भारतीय पॅकेजिंग संस्था, मुंबई

- दुग्धपदार्थांतील पॅकेजिंगसंदर्भात सखोल माहिती तसेच पॅकेजिंग घटकांच्या विविध प्रकारच्या चाचण्या करण्यासाठी या संस्थेचा उपयोग होतो.
- ठरावीक शुल्क भरून पॅकेजिंगसाठी वापरल्या जाणाऱ्या पॅकेजची चाचणी करता येते.

संकेतस्थळ : www.iip-in.com

इंडियन डेअरी असोसिएशन, दिल्ली

- या संस्थेचे दिल्ली येथे मुख्य कार्यालय आहे. विभागीय स्तरावर देशात चार ठिकाणी कार्यालये आहेत.
- असोसिएशनमार्फत दरवर्षी सभा आयोजित केली जाते. यात दुग्धव्यवसायातील संशोधनाचे सादरीकरण, महत्त्वाच्या विषयांवरील साधकबाधक चर्चा होते. तसेच असोसिएशनतर्फे इंडियन डेअरीमन, इंडियन जर्नल ऑफ डेअरी सायन्स ही इंग्रजीतील दोन नियतकालिके प्रसिद्ध होतात.
- या संस्थेने खवा, पनीर, छन्ना, निवळी इत्यादींवर प्रसिद्ध केलेल्या लहान माहितीपुस्तिका उपयुक्त आहेत.

☎ : ०११–२६१७०७८१, २६१६५३५५ संकेतस्थळ : www.indairyasso.org

दूध तपासण्यासाठी विविध चाचण्या

▲▲

एखाद्या दुग्धप्रक्रियादाराचे यशस्वी होणे किंवा टिकून राहणे, हे सर्वस्वी ग्राहकांच्या त्या उत्पादनातील असणाऱ्या विश्वासावर अवलंबून आहे. यासाठी उत्पादकाने विक्री तंत्र, ज्ञान आणि कौशल्याची आवश्यकता आहे.

▼▼

दूध विकत घेताना किंवा विविध दुग्धपदार्थांसाठी दूध वापरताना कोणत्या चाचण्या केल्या असता चांगल्या दुधासंबंधी अंदाज बांधता येईल, कमी खर्चात योग्य तंत्रज्ञानाने काही चाचण्या घेता येतील का, यासंबंधी दुग्धव्यावसायिकांना माहिती असणे आवश्यक असते.

सीओबी चाचणी (दूध गरम केले असता साकळणे)

- जमा केलेले दूध हे प्रक्रियेसाठी योग्य आहे का, दुधाची आम्लता योग्य आहे का, याचे मूल्यमापन या चाचणीद्वारे केले जाते.
- जर दूध सामान्य तापमानास (२५–३० अंश सेल्सिअस) ठेवले तर दुधाची आम्लता वाढत जाते. जेव्हा आम्लता ०.१७ टक्केच्या वर पोहोचते तेव्हा दूध उकळवले असता फाटते.
- या चाचणीसाठी परीक्षानळीत पाच मिली दूध घेऊन ते उकळत्या पाण्यातल्या उपकरणात पाच मिनिटे धरतात. नंतर प्रकाशाखाली नळी धरली असता परीक्षानळीच्या कडेला साकळलेल्या दुधाचे लहान गोळे दिसतात का, हे पाहावे. जर दिसले तर चाचणी पॉझिटिव्ह आली असे समजून सदर कॅनमधले दूध स्वीकारू नये.

अल्कोहोल चाचणी

- या चाचणीत कासदाह झालेले दूध, जास्त वेत झालेल्या गाईचे दूध (जास्त खनिज), विल्यानंतर पाच दिवसांतले दूध इत्यादी प्रकारचे दूध या चाचणीमुळे लक्षात येण्यास मदत होते.
- चाचणीसाठी ६८ टक्के इथाईल अल्कोहोल घ्यावे. हे तयार करण्यासाठी ९६ टक्के संपूर्ण इथाईल अल्कोहोल ६८ मिली आणि २८ मिली डिस्टिल वॉटर घेऊन तयार करावे.

- यानंतर पाच मिली दूध आणि पाच मिली ६८ टक्के इथाईल अल्कोहोल एकत्र करावे.
- परीक्षानळी पाच ते सात वेळा उलटसुलट करावी जेणेकरून दोन्ही द्रावणे एकत्र होतात. जर दूध चांगल्या दर्जाचे असेल तर ते साकळत नाही.
- कासदाह झालेल्या गाईचे दूध हे सफेद किंवा किंचित गुलाबी रंगाचे असते. कासदाहाच्या शेवटच्या टप्प्यात दुधाचा रंग गुलाबी असतो. मात्र सुरुवातीस तो सफेदच दिसतो. यात खनिजांचा असमतोल असतो. असे दूध वरील चाचणीत ओळखता येते.

दुधाचे ज्ञानेंद्रियांनुसार मूल्यमापन

- या चाचणीमध्ये रंग, चव, गंध, घट्टपणा याचे ज्ञान घेऊन दुधाची गुणवत्ता पारखली जाते. ज्ञानेंद्रियांनुसार (नाक, जीभ, डोळे, स्पर्श) मूल्यमापन करताना दुधासंबंधी, त्याच्या चवीसंबंधी चांगले ज्ञान व अनुभव असायला हवा.
- मोठ्या डेअरीमध्ये दुधाचे कॅन मोठ्या प्लॅटफॉर्मवर आल्यानंतर प्रत्येक कॅनचे दूध खालीलप्रमाणे तपासले जाते.

गंध आणि चव

- कॅनचे झाकण उघडून ते उलटे नाकाजवळ धरून दुधाचा वास, गंध तपासतात. हे करत असताना काही सेकंदांतच गंध तपासावा. काही सेकंदांत पहिल्यांदा जो गंध जाणवेल तोच खरा. दुधाला चारा, शेण, मूत्र इत्यादींचा वास आहे का, सर्वसाधारण गंधाव्यतिरिक्ति काही वेगळा गंध आहे का, हे तपासले जाते.
- चांगल्या, निर्भेळ, ताज्या दुधास किंचित गोड आल्हाददायक वास असतो. दुधाचा किंचित गोड वास, चव ही त्यातील साखरेमुळे (लॅक्टोजमुळे) येते, तर किंचित खारट चव ही त्यातील खनिजांमुळे येते.
- गाईचे जर जास्तीचे वेत चालू असेल तर दुधास किंचित खारट चव येते. फॉस्फोलीपीड, फॅटी ॲसिड आणि फॅट यांची गंध, चवीमध्ये महत्त्वाची भूमिका असते.

रंग

- गाईच्या दुधाचा रंग हलकासा पिवळसर क्रिमी सफेद तर म्हशीच्या दुधाचा रंग क्रिमी सफेद असतो.
- काही वेळेस दुधाचा रंग किंचित लालसर गुलाबी दिसून येतो. असा दुधाचा रंग असलेल्या गाई, म्हशीला कासदाह हा रोग झाल्याची शक्यता असते.
- काही वेळेस कॅनमध्ये कडेला दूध किंचित निळसर दिसते. जेव्हा दुधातील फॅट काढून घेतले जाते तेव्हा दूध कडेला निळसर दिसते.
- काही वेळा दुधावर धुळीचे कण तरंगताना दिसतात का, हे तपासावे.

दुधाचा घट्टपणा

- दुधाची घनता (specific gravity) तपासण्यासाठी लॅक्टोमीटर वापरला जातो. परंतु, काही वेळेस दुधात पाण्याची भेसळ केल्यास दूध पातळ होते. साखर, स्टार्च (पीठ), युरिया इत्यादी भेसळ केल्यामुळे दूध घट्ट होते.
- सपाट पृष्ठभागावर दुधाचा थेंब टाकला असता तो वाहवत गेल्यास त्यात पाण्याचा अंश जास्त आहे असे समजतात.
- दूध हे एका भांड्यातून दुसऱ्या भांड्यात ओतून बघतात. हे करत असताना दुसऱ्या भांड्यात दूध ओतले जात असताना तारेसारखे दिसते का, हे पाहावे. जर तारेसारखे आढळले तर ते साकळण्यास सुरुवात झाली आहे असे समजावे.

तापमान

- कॅनमधील दुधाचे तापमान हे साधारणपणे पाच अंश सेल्सिअसच्या जवळपास असणे उत्तम. यामुळे जीवजंतूंची वाढ थांबण्यास मदत होते.

दुधाची घनता तपासणी

- उत्तम गुणवत्तेचा लॅक्टोमीटर शंभर ते दोनशे रुपयास मिळतो. यासाठी लॅक्टोमीटर जारही गरजेचा आहे. आयएसआय किंवा झिल प्रकारातला लॅक्टोमीटर वापरता येईल.
- दुधात काही भेसळ आहे का, हे या चाचणीतून तपासता येते. कुठल्या प्रकारची भेसळ उदाहरणार्थ, साखर, युरिया, पीठ इत्यादी मिसळले आहे का, हे ओळखता येणार नाही; परंतु यापैकी काहीतरी नक्की आहे, असा कयास बांधता येईल.
- लॅक्टोमीटरसोबत छोटा लांबसर जार असावा. या जारमध्ये दूध संपूर्ण भरले जाते. भरल्यानंतर दूध ऊतू गेले तरी चालेल. दूध जारमध्ये भरल्यानंतर त्यात बुडबुडे राहावयास नको.
- यानंतर स्वच्छ, कोरडा लॅक्टोमीटर जारमधील दुधात बुडवावा. बुडल्यानंतर तो तरंगतो. दुधाचा वरचा व लॅक्टोमीटरच्या पट्टीवरचा जो भाग जुळेल तो आकडा नोंद करावा. या अगोदर दुधाचे तापमान थर्मामीटरच्या साह्याने मोजावे.
- यानंतर खालील सूत्राचा उपयोग करून दुधाची घनता काढावी.

$$\text{दुधाची घनता} = \frac{\text{सीएलआर}}{१०००} + १$$

सीएलआर म्हणजे करेक्टेड लॅक्टोमीटर रीडिंग.
त्यासाठी सूत्र सीएलआर = एलआर सीएफ
एलआर म्हणजे लॅक्टोमीटर रीडिंग जे लॅक्टोमीटर दुधात बुडवल्यानंतर मिळते.
सीएफ म्हणजे करेक्शन फॅक्टर, म्हणजे ज्या दुधाचे तापमान आपण डिग्री सेंटिग्रेडमध्ये नोंद केले आहे ते डिग्री फॅरनहाइटमध्ये रूपांतरित करणे.
सीएफ = ०.१ × ६० अंश फॅरनहाइट तापमानातील फरक.
समजा जर डिग्री सेंटिग्रेडचे रूपांतर केलेले तापमान ५५ अंश फॅरनहाइट आले तर...
सीएफ = ०.१ × (६०–५५) = ०.१ × ५ = ०.५
अशा तऱ्हेने दुधाची घनता काढतात.

अशी असते दुधाची घनता (Specific Gravity)

- गाईच्या दुधाचे लॅक्टोमीटर रीडिंग साधारणपणे २६ ते ३० असते.
- म्हशीच्या दुधाचे लॅक्टोमीटर रीडिंग साधारणपणे २८ ते ३२ असते.
- गाईच्या दुधाची घनता (१५.५ अंश से.) १.०२८ ते १.०३० तर म्हशीच्या दुधाची १.०३० ते १.०३२ च्या दरम्यान असते.
- दुधातील पाणी, फॅट, एसएनएफ इत्यादीनुसार दुधाची घनता बदलते.
- फॅट काढलेल्या दुधाची घनता १.०३६ च्या जवळपास असेल.
- जसजसे दुधात पाण्याचे प्रमाण वाढेल तसतसे दुधाची घनता किंवा लॅक्टोमीटर रीडिंग कमी कमी येते.
- घनपदार्थ (पीठ, युरिया, साखर इत्यादी) दुधात मिसळल्यास घनतेची नोंद जास्त दिसते.

आम्लता चाचणी

- दुधाच्या नैसर्गिक आम्लतेपेक्षा जास्त आम्लता असल्यास दूध गरम केल्यास दूध साकळते किंवा फाटते. दूध ताजे आहे की नाही हे आम्लता चाचणीने समजते.
- यासाठी ०.१ N NaOH, डिस्टिल वॉटर, बारीक नळी, फिनॉफ्थॅलिन इंडिकेटर इत्यादीची आवश्कता असते.
- मोठ्या २५ किंवा ५० मिलीच्या बारीक काचेच्या नळीत ०.१ N NaOH घ्यावे.

शंकूच्या आकाराच्या चंबूत दूध (१० मिली), डिस्टिल वॉटर (१० मिली) आणि ३ ते ४ थेंब फिनॉफथॅलिन इंडिकेटर मिसळावा. नंतर चंबू मोठ्या बारीक काचेच्या नळीखाली धरून हळूहळू ०.१ N NaOH मिसळावे.

- चंबूतल्या द्रावणाचा रंग किंचित गुलाबी होईल. खुणा असलेल्या काचेच्या नळीतून किती ०.१ N NaOH मिसळले, ते मोजून घ्यावे. सूत्रात तो आकडा टाकावा.

$$\text{लॅक्टिक ॲसिड (टक्के)} = \frac{\text{टाकलेले ०.१ N NaOH} \times \text{०.००९}}{\text{दुधाचे वजन}} \times \text{१००}$$

- दुधाची नैसर्गिक आम्लता ही ०.१२ के ०.१६ च्या दरम्यान असते.

इनहिबीटर चाचणी

- संकलित केलेल्या दुधात काही घातक कीडनाशकांचा अंश असू शकतो. जेव्हा अशा प्रकारचा अंश दुधात असतो, तेव्हा लॅक्टिक ॲसिड जिवाणू दुधात वाढण्याचे प्रमाण खूप कमी असते.
- संशयित दुधाचा नमुना घेऊन त्यात विरजण मिसळून आंबवण्यास ठेवतात आणि त्या नमुन्याची आम्लता तीन तासांनी तपासतात.
- या चाचणीत तीन परीक्षानळ्यांमध्ये ज्या दुधाची चाचणी घ्यावयाची आहे ते दूध आणि तीन परीक्षानळीत सर्वसाधारण (चांगले) दूध घ्यावे. सगळ्या परीक्षानळ्या ९० अंश सेल्सिअस तापमानास उकळत्या पाणात गरम कराव्यात. त्यानंतर ३० ते ३५ अंश सेल्सिअस तापमानास थंड करून त्यात १ मिली विरजण मिसळावे. हे तीन तासांसाठी ठेवावे.
- प्रत्येक तासाने चाचणी करावयाच्या तीन परीक्षानळीतील एक नळी आणि सर्वसाधारण नळीतील एक नळी तपासावी. जर संशयित दुधाची आम्लता ही सर्वसाधारण दुधाच्या आम्लतेएवढीच आढळली तर संशयित दुधात कुठल्याही प्रकारचा औषधांचा, कीटकनाशकांचा अंश नाही असे समजावे. जर संशयित दुधाची आम्लता सर्वसाधारण दुधापेक्षा कमी आढळली तर मात्र त्यात प्रतिजैवके किंवा इतर घटक असू शकतात.
- आंबवलेले पदार्थ (योगर्ट, दही, ताक इत्यादी) बनवताना ही चाचणी खूप महत्त्वाची आहे. काही कंपन्यांनी प्रतिजैवकांचे अंश तपासण्यासाठी छोटे किट तयार केले आहेत. ते वापरण्यास सोपे आहेत. तसेच काही कंपन्यांनी उपकरणांची निर्मिती केली आहे.

रिस्याझुरीन चाचणी

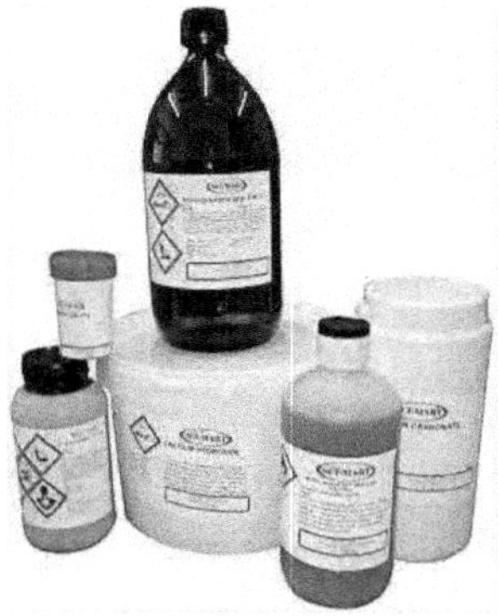

रिस्याझुरीन चाचणीसाठी गोळ्या बाजारात उपलब्ध आहेत.

- दुधातील जिवाणूंची संख्या, दुधाची स्वच्छता, टिकण्याचे प्रमाण याची संभवनीयता या चाचणीने कळते.
- ही चाचणी करतेवेळी काळजीपूर्वक स्वच्छता पाळावी लागते.
- हे द्रावण सूर्यप्रकाशात ठेवू नका किंवा आठ तासांपेक्षा जास्त काळ वापरू नये.
- साहित्य : रिस्याझुरीनच्या गोळ्या किंवा पावडर, स्टरलाइझ (निर्जंतुक) परीक्षानळी, १ मिलीची बारीक नळी, वॉटर बाथ (गरम पाणी असलेले व तापमान नियंत्रित करता येणारे भांडे) आणि कंपॅरेटर हा रिस्याझुरीन डिस्कसोबत आवश्यक असतो.

रिस्याझुरीन द्रावण तयार करणे

- रिस्याझुरीन हा रंगदर्शक असून, ठरावीक परिस्थितीत तो उकळत्या डिस्टिल्ड पाण्यात एकजीव होतो. रिस्याझुरीनची एक गोळी ५० मिली पाण्यात टाकतात किंवा रिस्याझुरीनची ०.०५ ग्रॅम पावडर ही १०० मिली डिस्टिल्ड पाण्यात गरम करून थंड करतात.
- **चाचणी :** निर्जंतुक परीक्षानळीत १० मिली दुधाचा नमुना घेऊन त्यात १ मिली रिस्याझुरीनचे द्रावण टाकावे. परीक्षानळीस निर्जंतुक झाकण लावावे. परीक्षानळीतील दोन्ही द्रावणे एकत्र करणे. नंतर वॉटरबाथमध्ये परीक्षानळी ३७ अंश सेल्सिअस तापमानास ठेवावी. दहा मिनिटांनी परीक्षानळी काढून कंपॅरेटरच्या उजव्या बाजूच्या भागात ठेवावी, तर दुसरी एक दुधाची परीक्षानळी (Control) डाव्या बाजूस ठेवावी. नंतर परीक्षानळीतील रंग जुळवून चकत्यांचा क्रमांक नोंद करावा. वेगवेगळ्या क्रमांकाच्या चकत्या वेगवेगळा रंग दर्शवतात. उदाहरणार्थ, ६ – निळा, ५ – फिकट निळा, ४ – जांभळा इत्यादी.
- दोन चकत्यांच्या मधला रंग जर आला तर अर्धी व्हॅल्यू पकडणे.
- ही चाचणी १० मिनिटे, १ तास किंवा ३ तास अशा स्वरूपात करतात. एक तास किंवा तीन तासांच्या चाचणीने अचूक माहिती मिळते.

चकत्यांचा क्रमांक	दुधाची गुणवत्ता/ग्रेड	शेरा
४ आणि त्यावरचा क्रमांक	समाधानकारक ग्रेड – I	दूध स्वीकारणे
३.५ – १.०	ठीक (शंकास्पद) ग्रेड – II	इतर चाचण्या करून पाहणे
०.५ – ०	असमाधानकारक ग्रेड – III	दूध नाकारणे

घरच्या घरी भेसळ ओळखण्याच्या चाचण्या

- **पिठाची भेसळ :** दुधात काही थेंब टिंक्चर आयोडिन किंवा आयोडिन द्रावण टाकणे. निळा रंग आल्यास स्टार्च किंवा पीठ आहे असे समजावे.
- **युरियाची भेसळ :** परीक्षानळीत मोठ्या चमच्याएवढे दूध घेऊन त्यात अर्धा चमचा सोयाबीन पावडर मिसळावी. पाच मिनिटांनी लाल लिटमस पेपर टाकावा. अर्ध्या मिनिटाने लिटमस पेपरला निळा रंग आल्यास युरिया भेसळ असल्याचे समजावे.
- **वनस्पती तुपाची भेसळ :** परीक्षानळीत ३ मिली दूध घेऊन त्यात हायड्रोक्लोरिक ॲसिडचे १० थेंब व एक चमचा साखर टाकावी. लाल रंग आल्यास वनस्पती तुपाची भेसळ सिद्ध होते.
- **फॉरमॅलिनची भेसळ :** परीक्षानळीत १० मिली दूध घेऊन त्यात ५ मिली सल्फ्युरिक ॲसिड बाजूने टाकावे. जांभळ्या किंवा निळ्या रंगाची रिंग होऊन दोन थरांत दिसल्यास फॉरमॅलिनची भेसळ आहे असे समजावे.
- **रबडीमध्ये ब्लॉटिंग पेपरची भेसळ :** एक चमचा रबडी घेऊन, त्यात ३ मिली हायड्रोक्लोरिक ॲसिड आणि ३ मिली डिस्टिल्ड वॉटर घ्यावे. मिश्रण एकत्र करावे. एकत्र करताना ग्लास रॉटला तंतू असल्यास ब्लॉटिंग पेपरची भेसळ समजावी.
- **खवा व खवायुक्त पदार्थांत पीठ (स्टार्च) भेसळ :** थोडा खवा पाण्यात गरम करून थंड करणे. त्यात आयोडिनचे काही थेंब टाकावेत. निळा रंग आल्यास पिठाची भेसळ आहे, असे समजावे.
- **तूप, कंडेन्स्ड मिल्क, कॉटेज चीज, खवा, दूध पावडर यात कोल्टार डायची भेसळ :** ५ मिली सल्फ्युरिक ॲसिड एक चमचा नमुन्यात टाकून विरघळू द्यावा. त्यासाठी परीक्षानळी हलवावी. त्यात गुलाबी रंग भेसळ दर्शवतो.
- **गोड दह्यामध्ये वनस्पती तुपाची भेसळ :** एक चमचा दही परीक्षानळीत घेऊन, त्यात १० थेंब हायड्रोक्लोरिक ॲसिड टाकावे. पाच मिनिटे एकत्र केल्यानंतर लाल रंग आल्यास वनस्पती तुपाची भेसळ असल्याचे ओळखावे.
- **तुपामध्ये बटाट्याचा चुरा, रताळे, पीठ यांची भेसळ :** तुपाच्या नमुन्यात आयोडिनचे

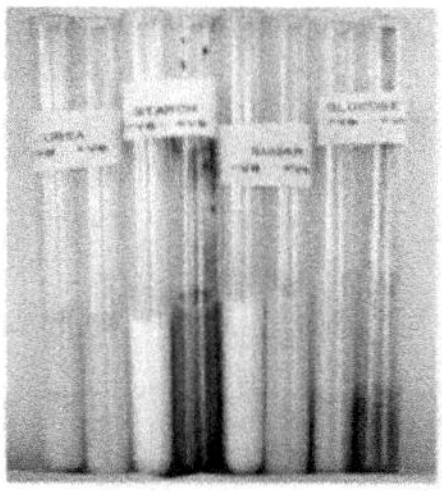
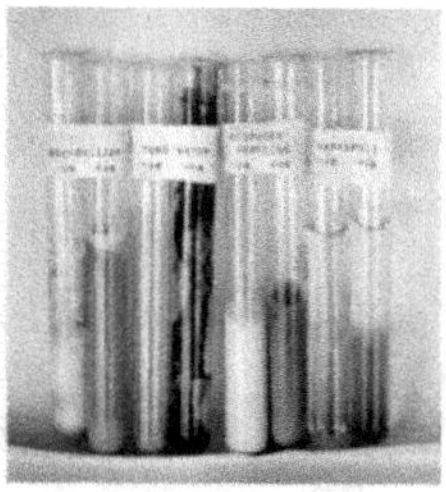

डावीकडून : युरिया, स्टार्च, साखर, ग्लुकोज, न्युट्रलायझर, खराब पाणी, हायड्रोजन पेरॉक्साईड, वनस्पती तुपाची दुधातील भेसळ उजव्या परीक्षानळीत स्पष्ट होते.

काही थेंब टाकल्यास तपकिरी रंगाचा बदल निळ्या रंगात झाल्यास भेसळ आहे हे समजावे.

फॅट काढणे

- या चाचणीत दुधातील एकूण फॅट किती आहे ते कळते. यासाठी सल्फ्युरिक ॲसिड, अमाईल अल्कोहोल, ब्युट्रोमीटर, गरबर मशीन, रबर स्टॉपर आवश्यक आहेत.
- सल्फ्युरिक ॲसिड फॅट चाचणीसाठी घेताना ८० टक्के सल्फ्युरिक ॲसिड आणि ८० टक्के डिस्टिल वॉटर घ्यावे.
- ब्युट्रोमीटर या काचेच्या नळीत १० मिली सल्फ्युरिक ॲसिड घ्यावे. त्यानंतर १०.७५ मिली दूध बारीक नळीने ओढून घेऊन ब्युट्रोमीटरमध्ये सोडावे. यानंतर १ मिली अमाइल अल्कोहोल मिसळावे. नंतर रबर स्टॉपर ब्युट्रोमीटरला घट्ट बसवतात. यानंतर ब्युट्रोमीटर ८–१० वेळा उलटसुलट फिरवतात.
- यानंतर ब्युट्रोमीटर ६५ अंश सेल्सिअस तापमानास दहा मिनिटे ठेवतात. यानंतर ब्युट्रोमीटर गरबर मशीनमध्ये ठेवतात. सदर मशीन ११०० आरपीएम गतीने पाच मिनिटे फिरवतात.
- यानंतर ब्युट्रोमीटर काढून नळीवरच्या आकड्यांवरील पिवळसर (कोरड्या चाऱ्याच्या रंग) द्रावण किती आहे हे मोजतात.

कृत्रिम दूध कसे ओळखावे ?

खूप ठिकाणी कृत्रिम दूध बनवून विकले जाते. युरिया, सोयाबीन तेल, मीठ, साखर, स्कीम मिल्क पावडर, ग्लुकोज पावडर, कॉस्टिक सोडा इत्यादी पाण्यात मिसळून कृत्रिम दूध तयार करतात. या कृत्रिम दुधाची चव थोडी कडू असते. प्यायल्यानंतर शेवटी ती जाणवते. द्रवरूप साबणासारखे ते जाणवते. गरम केल्यास पिवळे होते.

दुधाची गुणवत्ता तपासण्यासाठी किट व यंत्रे

- दुधात पाणी टाकून नंतर त्यात पुन्हा पीठ, युरिया, साखर इत्यादी टाकल्यास घनता (Specific Gravity) आदर्श दुधासारखीच असेल. अशा घनतेच्या चाचणीतून निष्पन्न काहीही होणार नाही. यासाठी भेसळ ओळखण्याचे लहान किट XIDDB आणि राष्ट्रीय डेअरी संशोधन संस्था, कर्नाल यांनी विकसित केले आहे. यात रसायन, काचेची भांडी, माहिती पुस्तिका इत्यादी असते. काही मिनिटांत या चाचण्या करता येतात.
- बाजारात दूध भेसळ ओळखणारी इलेक्ट्रॉनिक यंत्रे उपलब्ध आहेत. त्यात युरिया, डिटर्जंट, कॉस्टिक सोडा, द्रवरूप साबण, हायड्रोजन पेरॉक्साईड, मीठ यासारखी भेसळ ओळखता येते.
- तसेच दुग्ध पदार्थांतील फॅट, प्रोटीन, आर्द्रता एका मिनिटात ओळखणारे इलेक्ट्रॉनिक यंत्रही बाजारात उपलब्ध आहे. परंतु ही यंत्रे महाग आहेत.
- वरील सर्व चाचण्यांसाठी आवश्यक आयोडिन, सल्फ्युरिक ॲसिड, हायड्रोक्लोरिक ॲसिड इत्यादी रसायने ही शाळा-महाविद्यालयांसाठी रसायन पुरवणाऱ्या दुकानांत सहज उपलब्ध असतात.

दूध भेसळीच्या किंवा दुधाच्या इतर विविध चाचण्या व अधिक माहितीसाठी संकेतस्थळे

१. www.fssai.gov.in/portals/0/

२. www.fao.org/ag/againfor/resources/documents/mpguide/mpguide

---

प्रक्रिया उद्योगासाठी बाजारपेठेचा अभ्यास महत्त्वाचा

▲▲

एखाद्या दुग्धप्रक्रियादाराचे यशस्वी होणे किंवा टिकून राहणे, हे सर्वस्वी ग्राहकांच्या त्या उत्पादनातील असणाऱ्या विश्वासावर अवलंबून आहे. यासाठी उत्पादकाने विक्री तंत्र, ज्ञान आणि कौशल्याची आवश्यकता आहे.

▼▼

आपला विभाग आणि बाजारपेठेनुसार दूधविक्रीचे नियोजन करावे लागते; परंतु सर्वसाधारणपणे व्यवसाय पूर्णक्षमतेने तग धरण्यासाठी; तसेच भविष्यातील वृद्धीसाठी काही गोष्टींचा विचार, अभ्यास आवश्यक आहे. बहुतेक वेळा नवीन लहान व मध्यम प्रक्रियादारांना विपणनासंबंधी खूप कमी किंवा अजिबात अनुभव नसतो. व्यवसाय सुरू करताना काही प्राथमिक गोष्टींची प्रत्येकाला माहिती असणे आवश्यक आहे.

विक्री आणि दूध, दुग्धपदार्थांची किंमत

- उत्पादनाची किंमत हा एक महत्त्वाचा घटक आहे. त्याचा ग्राहकाच्या मागणीवर प्रभाव पडतो.
- विक्रीसाठी उत्पादनाची किंमत ही स्पर्धात्मक हवी.
- उत्पादनाच्या टप्प्यात दूधखरेदी, प्रक्रिया, पॅकेजिंग, कच्च्या मालाची किंमत, साठवणूक, वितरण इत्यादी खर्च कमीतकमी ठेवावा किंवा हा खर्च कसा कमी राहील हे पाहावे.

दुग्धपदार्थांच्या किमतीतील घटक

कच्च्या दुधाची किंमत, कच्चे दूध गोळा करणे, वाहतूक करणे, प्रक्रियेचा खर्च, विपणन आणि वितरण यासाठी लागणारा खर्च, पॅकेजिंगचा खर्च, कर, विक्री साखळीच्या प्रत्येक पायरीवरचा नफा (दूध गोळा करणे, प्रक्रिया आणि विक्रीतील मार्जीन)

नेमकी कोणती माहिती असावी?

- कुठल्या विभागात विक्री करणार?
- किमतीविषयक माहिती (किमतीतील बदल सवलत इत्यादी).
- एकूण ग्राहकांची संख्या आणि त्यांचे प्रकार.
- सध्याची आणि भविष्यातील उत्पादन–पुरवठा पातळी.
- बाजारातील स्पर्धकांची संख्या आणि प्रकार.
- दुधाचे विपणन, प्रक्रिया यांच्या व्यवहार्यतेचा अभ्यास.

दुधाचे विपणन, प्रक्रिया यांच्या व्यवहार्यतेचा अभ्यास

दूध व दुग्धपदार्थांच्या विपणन किंवा प्रक्रिया या व्यवसायात उतरताना अगोदर व्यवहार्यतेचा अभ्यास करणे गरजेचे आहे. जेणेकरून नियोजित व्यवसायाची आर्थिक व्यवहार्यता सिद्ध होईल. आर्थिकदृष्ट्या फायदेशीर व्यवसायासाठी वास्तवकारक, वास्तववादी योजना करणे आवश्यक आहे.

- व्यवहार्यतेच्या अभ्यासासाठी खालील अत्यावश्यक घटकांचा समावेश असावा :
- किती दूध उत्पादित होणार, गोळा होणार (सकाळ, संध्याकाळ)
- त्या भागातील सध्याचे दुग्धपदार्थ विकले जाण्याचे मार्ग
- स्थानिक उत्पादक ताज्या दुधाचे, वेगवेगळ्या पदार्थांचे किती पैसे घेतात ते ठरवणे
- आपल्या भागात उत्पादित होणाऱ्या पदार्थांचे चवीचे ज्ञान (sensory evaluation) असावे. यावरून स्वीकाहार्य पदार्थ तयार होत आहेत का ते लक्षात येईल.
- ऊर्जेचे स्रोत (इंधन, वीज, पाणी इत्यादी)
- मुख्य गुंतवणूक (जमीन, इमारत, उपकरण, वीज इत्यादी)
- व्यवसायाचे स्पष्ट नियोजन जे टिकून राहण्याची क्षमता, व्यवहार्यता दर्शवेल.

विक्री माहितीची पद्धत आणि संशोधन

- बऱ्याच ठिकाणी सर्वसमावेशक विक्री माहितीचा अभाव असतो. अशा ठिकाणी प्रक्रिया दाराने किंवा त्यांच्या संघटनेकडून छोटे मेळावे किंवा सभा आयोजित करून माहितीचा प्रसार करावा.
- बाजाराचे लहान सर्वेक्षण किंवा ग्राहकाचा अभ्यास यांद्वारे माहिती संकलित करावी.
- जो पदार्थ तुम्ही उत्पादित आणि विक्री करणार आहात, या संबंधीची जवळपास सर्व आवश्यक माहिती हवी. यामुळे कुठल्या प्रकारचा पदार्थ, कधी, कुठे आणि किती उत्पादित करावा आणि विक्री करावा यांचे ज्ञान होईल. यामुळे ग्राहकाला योग्य तो

पदार्थ, योग्य त्या जागी निश्चित वेळेत पोहोचवल्यास तो ग्राहकांना उपलब्ध होईल.

व्यवसाय फायदेशीर होण्यासाठी पुढील बाबी लक्षात घ्यायला हव्यात :

- किती दूध उत्पादित होणार (सकाळ, संध्याकाळ).
- त्या विभागातील सध्या दुग्धपदार्थ विकले जाण्याचे मार्ग.
- स्थानिक उत्पादक किती पैसे घेतात? ताजे दूध तसेच प्रक्रिया पदार्थांच्या दराचा अभ्यास करावा. विक्रेत्यांशी चर्चा करावी.
- आपल्या भागात उत्पादित होणाऱ्या पदार्थांच्या चवीचे ज्ञान असावे. यावरून ग्राहकाला पदार्थ आवडतो का नाही हे ठरवता येईल.
- ऊर्जेचे स्रोत (इंधन, वीज, पाणी) मुख्य गुंतवणूक (जमीन, इमारत, यंत्रे, वीज इ.).
- व्यवसायाचे स्पष्ट नियोजन हे टिकून राहण्याची व्यवहार्यता क्षमता दर्शवेल.

व्यवसायाची मार्गदर्शक योजना

व्यवसायाचे वर्णन

- कुठल्या प्रकारच्या व्यवसायाचे नियोजन आहे?
- तुम्ही कशा प्रकारचे उत्पादन विकणार?
- बाजारपेठेत कशा प्रकारची संधी आहे? (नवीन, विस्तार, हंगामाप्रमाणे, वार्षिक).
- विक्रीच्या वाढीसाठी काय संधी आहेत?

विक्रीची योजना

- आपले संभावित ग्राहक कोण?
- तुमचा बाजारपेठेतील हिस्सा, बाजारपेठेत ग्राहकांमध्ये उत्पादन कसे प्रसिद्ध होईल ते कसे टिकून राहील?
- तुमचे स्पर्धक कोण? त्यांच्या व्यवसायाची कशी प्रगती होत आहे?
- तुमच्या उत्पादनाची विक्रीसाठी प्रयत्न कसे करणार? तुमचे पुरवठादार कोण? तुमचा व्यवसाय कोठे स्थिर आहे?

संघटित नियोजन

- व्यवसायाचे व्यवस्थापन कोण करेल?
- व्यवस्थापकासाठी कुठली शैक्षणिक अर्हता पाहाल?
- किती कर्मचाऱ्यांची गरज भासेल?
- पैशाचे नियोजन कसे कराल? (यामध्ये सुरुवातीस आवश्यक गुंतवणूक ग्राह्य धरलेली आहे.)

- तुम्ही नोंदी कशा ठेवाल?
- कायदेशीर मालकी कशी निवडाल आणि का?
- कुठल्या प्रकारच्या परवान्यांची गरज आहे?
- कुठल्या नियमांचा व्यवसायावर परिणाम होईल?

आर्थिक नियोजन

- पहिल्या वर्षी व्यवसायातून मिळणाऱ्या उत्पन्नाचा अंदाज. व्यवसाय सुरू करण्यास किती खर्च आवश्यक आहे? पहिल्या वर्षी फायदा घेण्यासाठी किती विक्रीची गरज आहे?
- यंत्रांसाठी किती भांडवल आवश्यक आहे?
- एकूण किती पैशांची गरज आहे?
- संभवनीय निधीचा स्रोत. कर्ज कसे घ्याल?

विक्री तंत्रातील अनुभवाचे बोल

- आपल्या उत्पादनाच्या विक्रीत वाढ होण्यासाठी उत्पादनाला विशिष्ट ब्रँड नेम तसेच लोगो आवश्यक आहे.
- विक्री करताना पॅकेजिंगही चांगले हवे.

विक्रीचे नियोजन

- किरकोळ विक्रीसाठी विविध दुकाने, मॉल.
- हॉटेल्ससाठी रोज लागणारे पदार्थ म्हणजे पनीर, दही, चक्का. यात पनीर हा जास्त आवश्यक पदार्थ आहे.
- आचारी, जेवणाचे कंत्राट घेणारे यांच्याशी संपर्क ठवून त्यांना वेळोवेळी आवश्यक पनीर, दही, चक्का, खवा, बासुंदी, अंगुर रबडी, रसमलाई पुरवता येईल.
- आचारी, जेवणाचे कंत्राट घेणाऱ्या लोकांशी सतत संपर्क ठेऊन लग्नाच्या तारखेनुसार पदार्थांची आगाऊ नोंदणी करता येईल.
- लग्नसमारंभासाठीचे हॉल, लॉन्स यांच्या मालकांशी संपर्क ठेवून त्या ठरावीक दिवशी आवश्यक दुग्धपदार्थ पुरवता येतील.
- हॉस्पिटलसाठी आवश्यक, कमी फॅटचे दूध, चॉकलेट दूध इत्यादी पुरवता येईल.
- आपल्या आजूबाजूच्या भागातील कॉलनीमध्ये काही खास दुग्धपदार्थांचे तांत्रिकदृष्ट्या आरोग्यासाठीचे महत्त्व पटवून देऊन दुग्धपदार्थ विकता येईल.
- पदार्थाची पौष्टिकता, गुणवत्ता, त्यांची आवश्यकता (वैज्ञानिक दृष्टिकोनातून), तयार करतानाची स्वच्छता याचे संगणकावर सादरीकरण करून ग्राहकाचा विश्वास संपादन करता येईल.

मार्केटिंगचे चॅनल्स

सध्या बाजारात खालीलप्रमाणे मार्केटिंगचे चॅनल्स कार्यरत आहेत :

मार्केटिंग चॅनल्स	मध्यस्थ
उत्पादक – ग्राहक	०
उत्पादक – फेरीवाले – ग्राहक	१
उत्पादक – प्रक्रियादार – ग्राहक	१
उत्पादक – प्रक्रिया करणारा – किरकोळ विक्री – ग्राहक	२
उत्पादक – दूध सहकारी संघ – प्रक्रिया करणारा – किरकोळ विक्रेता – ग्राहक	३
उत्पादक – दूधवाहक – प्रक्रियादार – किरकोळ विक्रेता – ग्राहक	३

मध्यस्थांच्या संख्येमुळे उत्पादक आणि ग्राहकांवर किमतीच्या बाबतीत भार पडतो. जितके जास्त मार्केटिंगचे लहान चॅनल तितका ग्राहकाला फायदा जास्त (कमी किमतीमुळे) आणि उत्पादकालाही चांगला नफा मिळतो. जास्तीच्या मध्यस्थांमुळे पदार्थात भेसळीचे प्रमाण वाढण्यास एक प्रकारची संधीच मिळते.

बाजारातील कार्य	खर्चातील घटक
कच्चे दूध खरेदी	कच्च्या दुधाचा खर्च, मजूर, लागणारी सामग्री, कलेक्शन मार्जीन
वाहतूक	मालवाहतुकीचा खर्च, सामग्रीसाठी येणारा खर्च, वाहतुकीचे मार्जीन
प्रक्रिया	कच्चा माल, त्यासाठीची मशिनरी, उपकरणे, मजूर, पॅकेजिंग, वीज, वितरण आणि विपणन, प्रक्रियेतले मार्जीन
मार्केटिंग आणि वितरण	वाहतूक, मजूर, सामग्री, भाड्याने देणे, किरकोळ विक्री मार्जीन

किमतीच्या स्थिर किमती आणि बदलत्या किमती अशा श्रेण्या पडतात. इमारत, उपकरण यांचा घसारा इत्यादीदेखील गृहीत धरावा. हिशेब करताना खर्चाचे सर्व घटक ग्राह्य धरणे अभिप्रेत आहे.

लेखकांचा परिचय

डॉ. धीरज हिरामण कंखरे

- दुग्धशास्त्र विषयात पदव्युत्तर व आचार्य (पीएच.डी.) पदवी प्राप्त तसेच पत्रकारितेची पदविकाही पूर्ण.
- साहाय्यक प्राध्यापक म्हणून महात्मा फुले कृषी विद्यापीठाच्या कृषी महाविद्यालय, धुळे येथे पशुसंवर्धन व दुग्धशास्त्र विभागात गेल्या नऊ वर्षांपासून कार्यरत.
- संशोधनपर लेख, मराठीतून शेतकऱ्यांसाठी माहितीपर लेख, घडीपत्रिका आणि पुस्तिका असे एकूण १५० हून अधिक प्रकाशित.
- धुळे आकाशवाणीवरून १२ मुलाखती प्रसारित.
- कृषी विज्ञान केंद्रातील विषय तज्ज्ञांसाठी, शेतकरी मेळावे, विस्तार केंद्र, कार्यशाळा इत्यादींच्या माध्यमातून ७० हून अधिक व्याख्याने.
- राज्यात प्रथमच कृषी विद्यापीठातून दुग्धपदार्थांचा 'विज्ञान डेअरी' नावाने ब्रँड तयार केला.
- २००७ साली कर्नाल, हरियाणा येथील आंतरराष्ट्रीय परिषदेत युवा शास्त्रज्ञ म्हणून संशोधन निबंधाचे सादरीकरण.

संपर्क : ९४०५७ ९४६६८ E-mail : dkankhare2001@yahoo.com

सोमनाथ हनुमंत माने

- पशुसंवर्धन विषयात पदव्युत्तर पदवी प्राप्त. सध्या आचार्य (पीएच.डी.) पदवीचे संशोधन सुरू.
- २००५ पासून महात्मा फुले कृषी विद्यापीठात कार्यरत. सध्या साहाय्यक प्राध्यापक म्हणून कृषी महाविद्यालय, पुणे येथे कार्यरत.
- कृषी प्रदर्शने, कृषी मेळावे, चर्चासत्र आयोजनात सहभाग तसेच संशोधनपर लेख, *शेळीपालन, चारापिके* या विषयावर घडीपत्रिका आणि पुस्तिका व सुमारे १०० हून अधिक मराठी लेख प्रकाशित.
- *चारापिके* पुस्तक प्रकाशित.

संपर्क : ७५८८० ३२७०० E-mail : somnath.mane21@gmail.com

www.ingramcontent.com/pod-product-compliance
Lightning Source LLC
LaVergne TN
LVHW082037051026
849532LV00011B/3385
* 9 7 8 9 3 8 4 3 1 6 2 7 3 *